# मेकॅनिक एग्रीकल्चेर मशिनरी MAM प्रथम वर्ष मराठी MCQ



मनोज डोळे

डिजिटायझेशन ही काळाची गरज आहे. भविष्यात, प्रशिक्षण अधिक सोयीस्कर आणि सोपे करण्यासाठी औद्योगिक प्रशिक्षण संस्थांमध्ये ऑनलाइन इंटरनेट वापरून प्रशिक्षण घेणे आवश्यक आहे. MCQ प्रश्नांचा संच असलेली ई-पुस्तके प्रशिक्षणार्थींना उपलब्ध करून दिली जातील कारण त्यांना त्यांच्या औद्योगिक प्रशिक्षण संस्थांमध्ये होणाऱ्या ऑनलाइन परीक्षांच्या तयारीसाठी MCQ प्रश्नांची अधिक सवय होणे आवश्यक आहे.

या सर्व बाबी लक्षात घेऊन श्री.मनोज मधुकर डोळे प्रशिक्षक, औद्योगिक प्रशिक्षण संस्था, सातारा यांनी नवीन वार्षिक प्रणाली आणि NSQF-5 अभ्यासक्रमानुसार पुस्तके लिहिली आहेत. आणि त्यांनी प्रशिक्षण सुलभ करण्यासाठी सैद्धांतिक मोबाइल ॲप्स आणि ब्लॉग तयार केले आहेत आणि हे सर्व शैक्षणिक साहित्य जगप्रसिद्ध Google Play Store, Amazon आणि Apple Book Store वर डाउनलोड करण्यासाठी उपलब्ध केले आहे.

पुस्तकांचे प्रकाशन माननीय सहसंचालक श्री राजेंद्र घुमे साहेब प्रादेशिक व्यावसायिक शिक्षण व प्रशिक्षण कार्यालय, पुणे यांच्या हस्ते दिनांक 9/1/2019 रोजी करण्यात आले, यावेळी श्री प्रकाश सायगावकर साहेब प्राचार्य शासकीय औद्योगिक प्रशिक्षण संस्था औंध पुणे, श्री तुकाराम मिसाळ साहेब प्राचार्य डॉ. सरकार प्र.संस्था सातारा, श्री सचिन धुमाळ साहेब जिल्हा व्यवसाय शिक्षण व प्रशिक्षण अधिकारी सातारा, श्री यतीन पारगावकर साहेब मुख्याध्यापक गो. प्र.संस्था कोल्हापूर, श्री विकास टेके साहेब निरीक्षक व्यावसायिक शिक्षण व प्रशिक्षण क्षेत्रीय कार्यालय पुणे, पालेकर फूड्स प्रॉडक्ट्स प्रा. लि.चे सातारा येथील उद्योजक अध्यक्ष श्री.नीळकंठराव पालेकर साहेब, हिरा फूड्स चे चेअरमन श्री.इब्राहिम बाबा तांबोळी साहेब, सौ.शाल्मली पवार मुख्याध्यापिका शासकीय तंत्रनिकेतन केंद्र सातारा व इतर मान्यवर यावेळी उपस्थित होते.

# अनुक्रमणिका

# प्रस्तावना

**मेकॅनिक एग्रीकल्चेर मशिनरी MAM प्रथम वर्ष मराठी** MCQITI अभियांत्रिकी अभ्यासक्रम मेकॅनिक कृषी यंत्रसामग्री, सुधारित NSQF अभ्यासक्रमासाठी एक साधे ई-पुस्तक आहे, त्यात अधोरेखित आणि ठळक अचूक उत्तरांसह वस्तुनिष्ठ प्रश्नांचा समावेश आहे MCQ ज्यात ऑटोमोटिव्ह वर्क शॉपमध्ये सुरक्षित कामकाजाच्या पद्धती लागू करण्याविषयी नवीनतम आणि महत्त्वाच्या सर्व विषयांचा समावेश आहे. कामाच्या दुकानात पर्यावरण नियम आणि घराची देखभाल करा. घटकांवर अचूक मोजमाप करा आणि ऑटोमोटिव्ह वर्क शॉप पद्धतींमध्ये वापरल्या जाणाऱ्या वैशिष्ट्यांसह पॅरामीटर्सची तुलना करा. कामाच्या दुकानात मूलभूत फिटिंग ऑपरेशन्ससाठी घटक चिन्हांकित करण्यासाठी निवड करा. वर्क शॉपमध्ये विविध प्रकारची साधने आणि वर्क शॉप उपकरणे वापरा. वाहनामध्ये वेगवेगळ्या प्रकारच्या फास्टनिंग आणि लॉकिंग डिव्हाइसेसचा वापर कामाच्या दुकानातील पद्धती आणि परिमाणांच्या तपासणीमध्ये वापरल्या जाणाऱ्या मूलभूत फिटिंग ऑपरेशन्स करा . वर्क शॉपमध्ये कटिंग टूल्स पीसणे दिलेल्या कामात पृष्ठभाग पूर्ण करणे ऑपरेशन्स करा, शीट मेटलच्या विविध ऑपरेशन्स वापरून शीट मेटल घटक तयार करा. दिलेल्या वर्क पीसमध्ये वाकण्याची प्रक्रिया वापरून घटक तयार करा. नॉनडिस्ट्रक्टिव्ह टेस्टिंग पद्धती वापरून ऑटो घटकाची तपासणी करा दिलेल्या कामात वेगवेगळ्या प्रकारच्या वेल्डिंग प्रक्रियेसह घटक तयार करा. वाहनातील हायड्रॉलिक आणि वायवीय घटक ओळखा. इलेक्ट्रिकल सर्किट्स तयार करा आणि इलेक्ट्रिकल मापन यंत्रे वापरून त्याचे पॅरामीटर्स तपासा. वाहनामध्ये मूलभूत विद्युत चाचणी करा.

बॅटरी चाचणी आणि चार्जिंग ऑपरेशन्स करा. मूलभूत इलेक्ट्रॉनिक सर्किट आणि चाचणी आणि बरेच काही तयार करा.

आम्ही प्रत्येक नवीन आवृत्तीसह नवीन प्रश्नांची उत्तरे जोडतो. कृपया काही त्रुटी/ वगळल्यास आम्हाला ईमेल करा. सर्व अभियांत्रिकी बहुपर्यायी प्रश्न आणि उत्तरांसाठी हे निर्विवादपणे सर्वात मोठे आणि सर्वोत्तम ई-पुस्तक आहे.

विद्यार्थी म्हणून तुम्ही ते तुमच्या परीक्षेच्या तयारीसाठी वापरू शकता. हे ई-पुस्तक प्राध्यापकांना साहित्य रीफ्रेश करण्यासाठी देखील उपयुक्त आहे.

# नांदी, प्रस्तावना

21 व्या शतकातील औद्योगिक क्षेत्रातील वेगाने वाढणाऱ्या मागणीच्या अनुषंगाने बहु-कुशल कारागीरांचा पुरवठा करण्यासाठी व्यवसाय शिक्षण आणि व्यवसाय प्रॅक्टिकल विभागामार्फत व्यावसायिक शिक्षण आणि प्रशिक्षण विभागामार्फत व्यावसायिक शिक्षण आणि प्रशिक्षण दिले जाते. संस्थांमधील सर्व व्यवसाय महत्त्वाचे आहेत, कारण या व्यवसायांतील प्रशिक्षणार्थी उद्योगाच्या मागणीनुसार बहु-कौशल्ये विकसित करतात.

औद्योगिक क्षेत्रातील सर्व उद्योगांमधील सर्व परीक्षा ऑनलाइन घेतल्या जातात आणि त्यामध्ये MCQ पद्धतीच्या प्रश्नांचा समावेश होतो हे लक्षात घेऊन सर्व व्यवसायांसाठी योग्य MCQ ई-पुस्तके उपलब्ध करून देण्याच्या उदात्त हेतूने. श्री.मनोज मधुकर डोळे यांनी नवीन वार्षिक अभ्यासक्रमानुसार MCQ पद्धतीवर खूप चांगले ई-बुक लिहिले आहे. हे ई-बुक सर्व प्रशिक्षणार्थी, प्रशिक्षणार्थी उमेदवार, प्रशिक्षण प्रशिक्षक आणि संबंधित इतरांसाठी निश्चितच मार्गदर्शक ठरेल.

पुस्तकाचे लेखक श्री.मनोज मधुकर डोळे आहेत, इन्स्ट्रक्टर गव्हर्नमेंट ITI सातारा यांना 17 वर्षांचा प्रशिक्षणाचा अनुभव आहे. नवीन वार्षिक पॅटर्न म्हणून लिहिलेल्या, या ई-बुकमध्ये प्रत्येक विषयासाठी मांडणी, सोपी भाषा आणि सोपी वाक्यरचना, आकृती आणि व्हिडिओ समजून घेण्यासाठी आधुनिक डिजिटल QR कोड तंत्रज्ञान समाविष्ट केले आहे. त्यामुळे सखोल अभ्यास आणि परीक्षेच्या सरावासाठी हे ई-बुक नक्कीच उपयोगी पडेल याची मला खात्री आहे. त्यांनी केलेले काम नक्कीच कौतुकास्पद आहे.

श्री तुकाराम मिसाळ
प्राचार्य शासकीय औद्योगिक प्रशिक्षण संस्था सातारा.

# ऋणनिर्देश, पावती

DGET नवी दिल्ली आणि CSTARI कोलकाता ऑगस्ट 2018 च्या सत्रापासून ITI मधील सर्व व्यवसायांसाठी वार्षिक पॅटर्न लागू करत आहेत. परीक्षा पद्धतीतही बदल करण्यात येणार असून या वर्षीपासून ती ऑनलाइन होणार असून सर्व प्रश्न वस्तुनिष्ठ स्वरूपाचे (MCQ) असल्याने प्रशिक्षणार्थींना सखोल अभ्यासाची नितांत गरज आहे. हे लक्षात घेऊन जुन्या NIMI पॅटर्नवर आधारित पुस्तके आणि नवीन वार्षिक पॅटर्नचे संपूर्ण विहंगावलोकन सादर करताना आम्हाला आनंद होत आहे आणि आम्हाला आशा आहे की ही पुस्तके सर्व व्यवसाय संचालक आणि प्रशिक्षणार्थींसाठी मार्गदर्शक ठरतील. आहे.

ही पुस्तके लिहिल्याबद्दल जोहर आवटे साहेब, ITI अकलूजचे प्राचार्य. ITI सातारा चे माजी प्राचार्य सायगावकर साहेब, सहाय्यक संचालक श्री चंद्रकांत ढेकणे साहेब व्यवसाय शिक्षण व प्रशिक्षण प्रादेशिक कार्यालय, पुणे, जिल्हा व्यवसाय शिक्षण व प्रशिक्षण अधिकारी सचिन धुमाळ साहेब व मुख्याध्यापिका शासकीय तंत्रनिकेतन केंद्र शाल्मली पवार मॅडम व मुलगा अधिराज डोळे, आई कुसुम डोळे. , माझे वडील मधुकर डोळे आणि पत्नी अश्विनी डोळे यांनी वेळोवेळी केलेल्या विशेष मार्गदर्शन व सहकार्याबद्दल मी त्यांचा मनःपूर्वक आभारी आहे.

तसेच अतिशय कमी कालावधीत पुस्तक प्रकाशित करण्यात अमूल्य वेळ दिल्याबद्दल श्री राजेंद्र घुमे साहेब, सहसंचालक, व्यवसाय शिक्षण व प्रशिक्षण प्रादेशिक कार्यालय, पुणे यांनी पुस्तकाचे पुनरावलोकन केले. त्यांच्या अभिप्रायाबद्दल मी मनापासून आभारी आहे.

पुस्तक लिहिण्याच्या सुरुवातीपासूनच सतत पाठबळ दिल्याबद्दल ITI सातारा च्या प्रशिक्षकांचा मी आभारी आहे.

या पुस्तकातून, ई-लर्निंगबद्दलचे माझे विचार तुमच्याशी शेअर करण्यात मी स्वतःला धन्य समजतो. हे पुस्तक परिपूर्ण आहे असा दावा मी करणार नाही, कारण परिपूर्णतेचा विचार करता हे पुस्तक एक प्रयत्न आहे आणि बाल्यावस्थेत आहे. त्यांची चाचणी आणि सूचना दिल्यास ते सुधारण्यासाठी मोलाचे ठरतील.

मनोज डोळे

दिनांक 9/1/2019

# 1

# मेकॅनिक एग्रीकल्चेर मशिनरी MAM प्रथम वर्ष मराठी MCQ Drawing

Online Test Exam
ITI Books
CNC Course
AutoCAD CAM
JOB & Apprentice
Online Theory
Computer Course
Trading Course
Web Designing
MSCIT Course
Shopping Business
Internet Business
Remotasks Course
Online Services
Top Sportsmans
Indian Army
Freedom Fighters
Top Scientists
Social Reformers
Motivational Speaker
Top Richest People
Join WhatsApp Group
Join Facebook Group
Like Facebook Page
PAN / Adhar / Licence
Passport

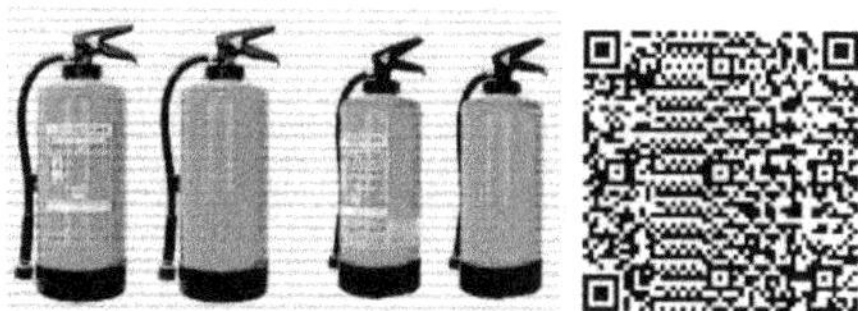

Fire extinguisher

Calliper

Hacksaw frame

Universal surface guage

Hammer

Centre punch

Bench vice

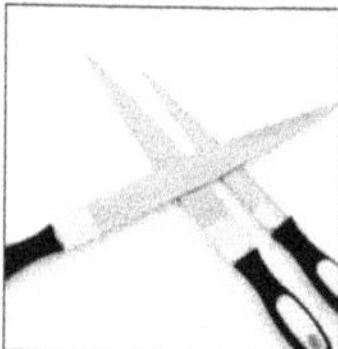 

Files

Scraper

Surface Plate

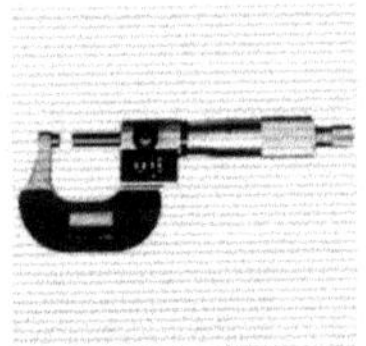

Outside Micrometer

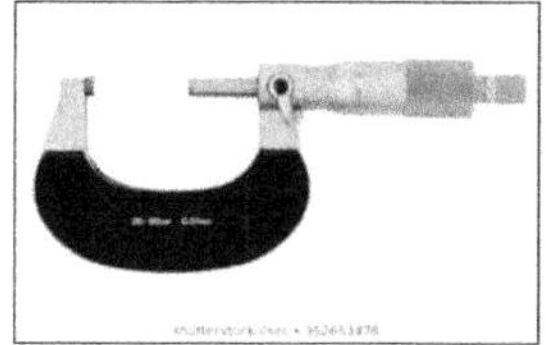

Micrometer

Depth micrometer

Vernier Calliper

Vernier bevel protractor

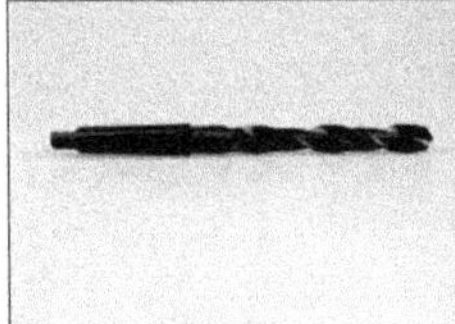

Drilling

Reamer

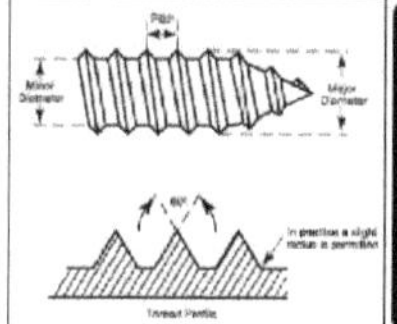

Thread

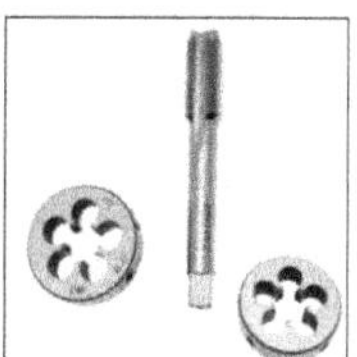

Tap Die

Grinding Wheel

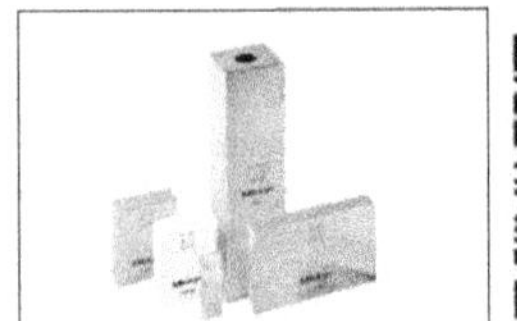

Slip gauge

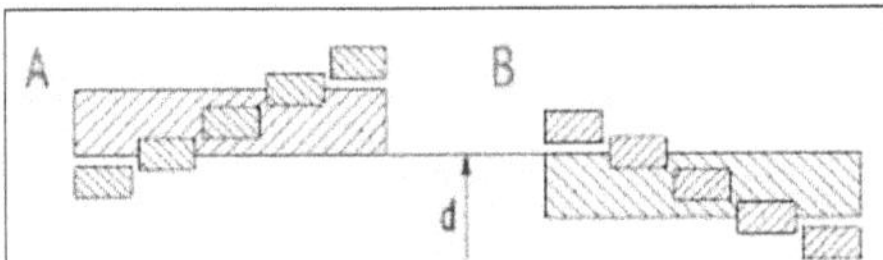

Limit fit tolerance

taper ring gauge

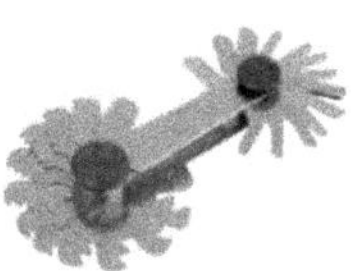

screw pitch gauge

Gear

screw pitch gauge

Tap Die

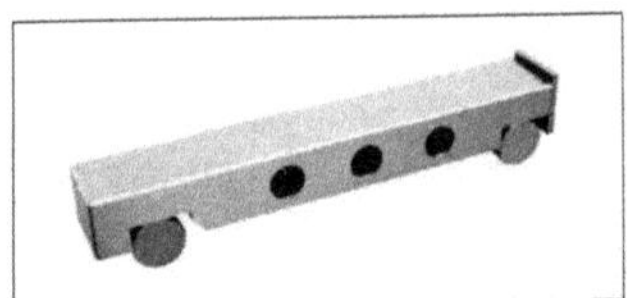

Sine bar

Slip gauge

Dial test indicator

Telescopic gauge

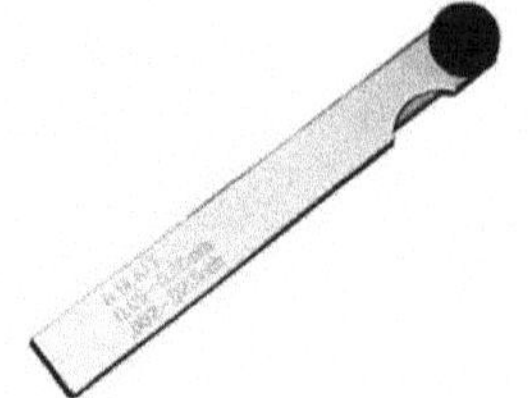

Feeler gauge

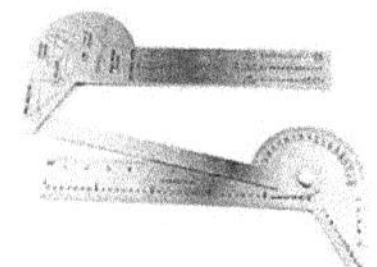

Centre gauge

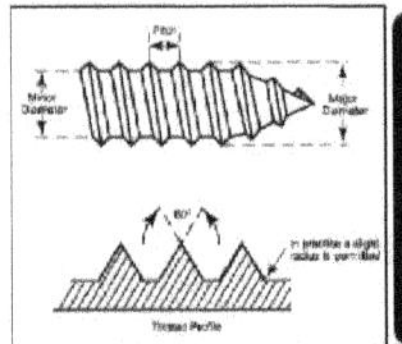

Thread

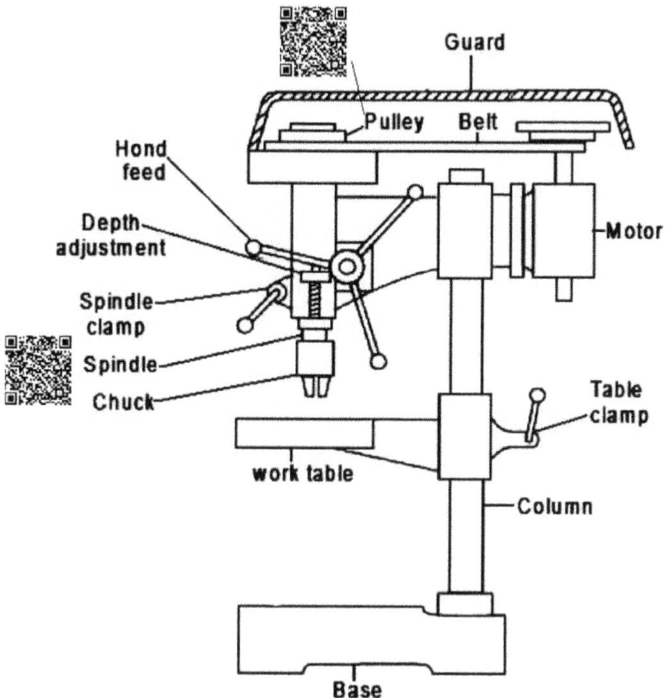


# Piller Drilling Machine

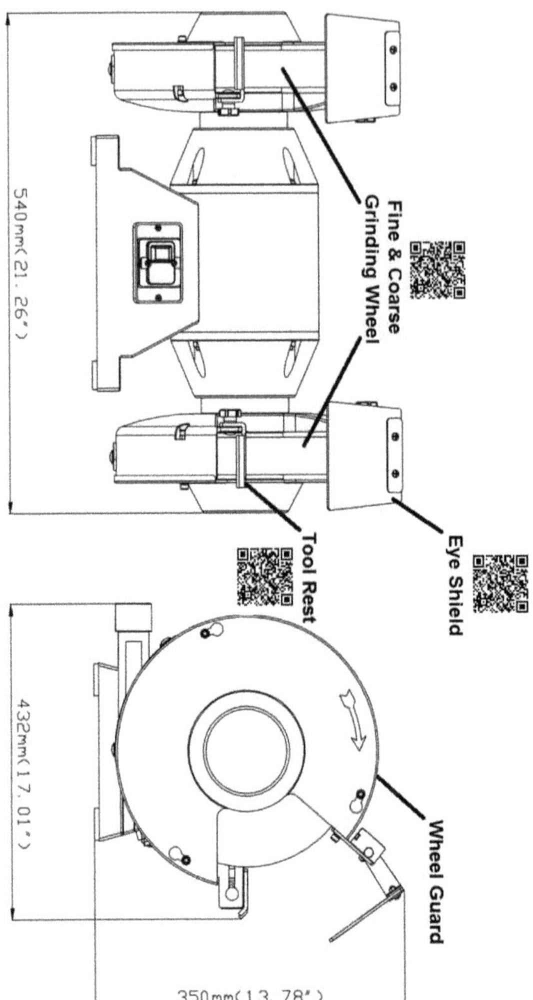
Bench Grinding Machine
Fine & Coarse Grinding Wheel
Eye Shield
Tool Rest
Wheel Guard
540mm(21.26")
432mm(17.01")
350mm(13.78")

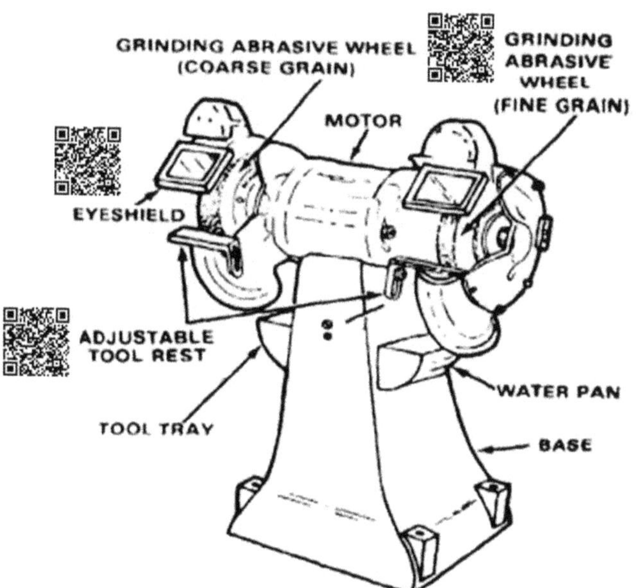


# Pedastal Grinding Machine

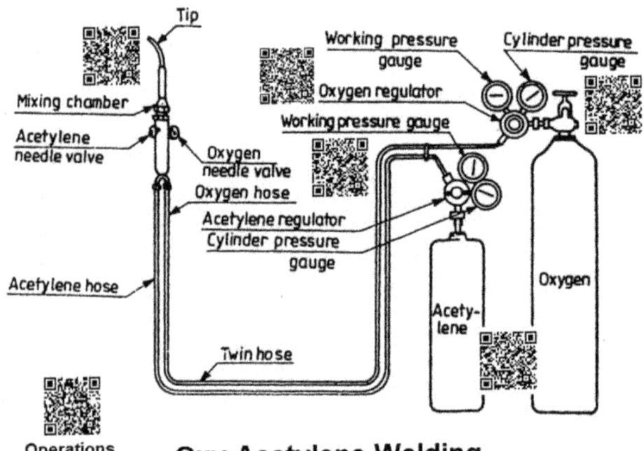


Oxy Acetylene Welding

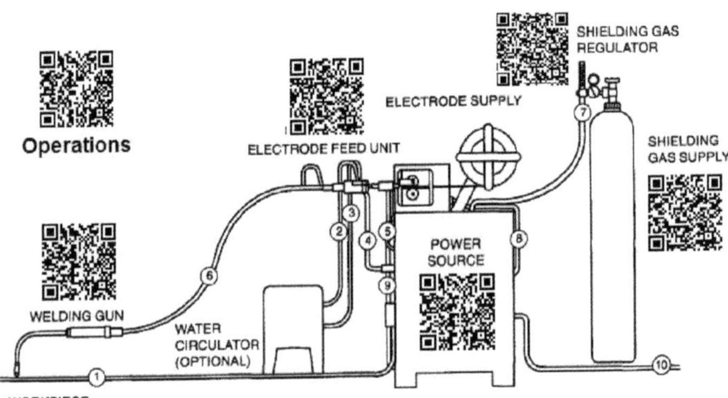


Gas Metal Arc Welding

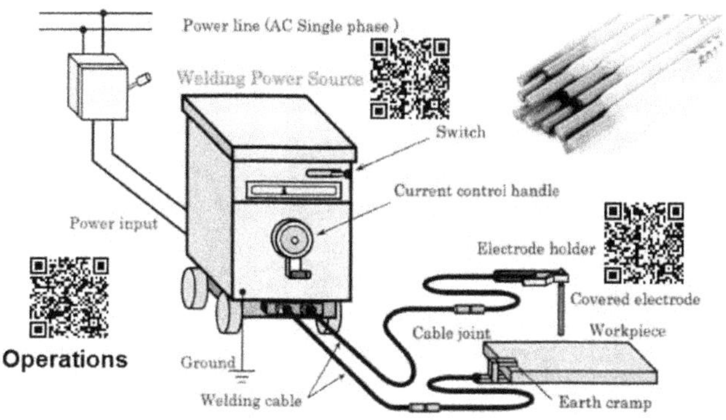


**Shielded Metal Arc Welding**

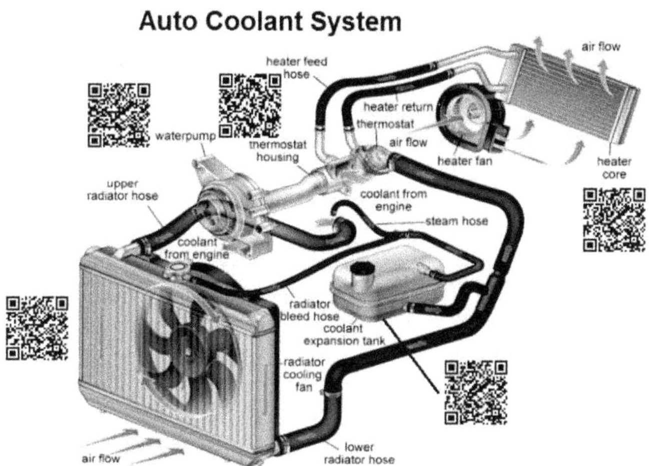

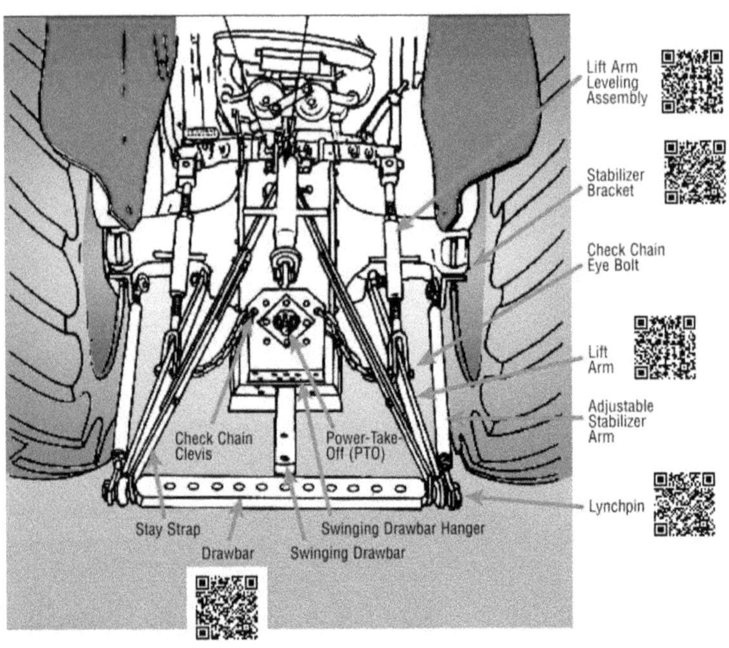
Lift Arm
Leveling
Assembly
Stabilizer
Bracket
Check Chain
Eye Bolt
Lift
Arm
Adjustable
Stabilizer
Arm
Lynchpin
Check Chain
Clevis
Power-Take-
Off (PTO)
Stay Strap
Swinging Drawbar Hanger
Drawbar
Swinging Drawbar

**Tractor Case Parts**

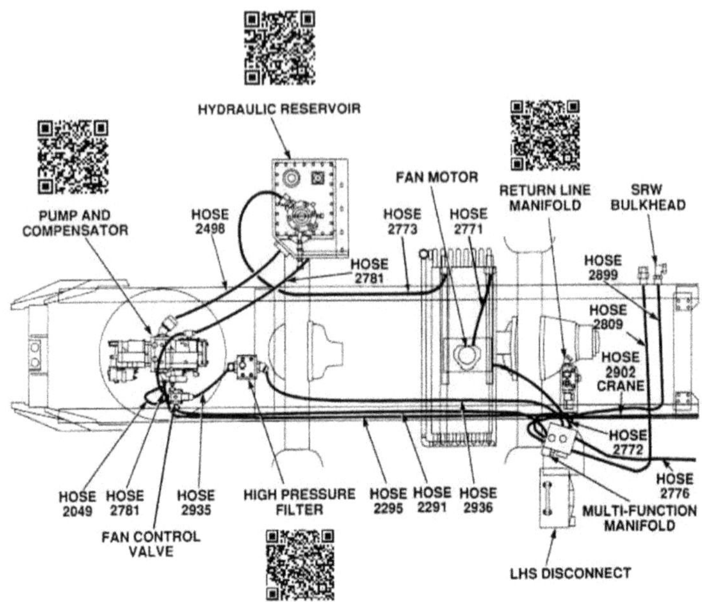


## Tractor Hydraulic System

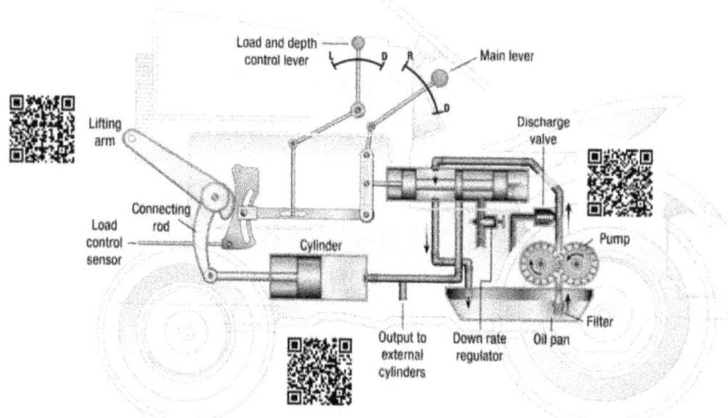

## Tractor Hydraulic Elevetor

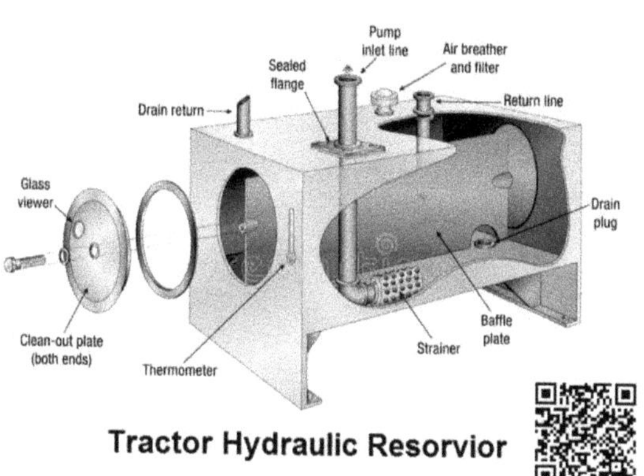


## Tractor Hydraulic Resorvior

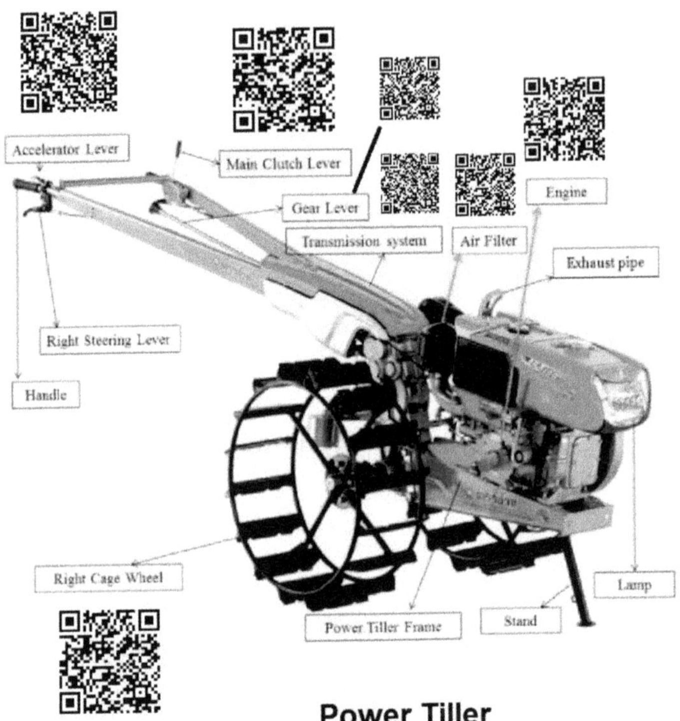


**Power Tiller**

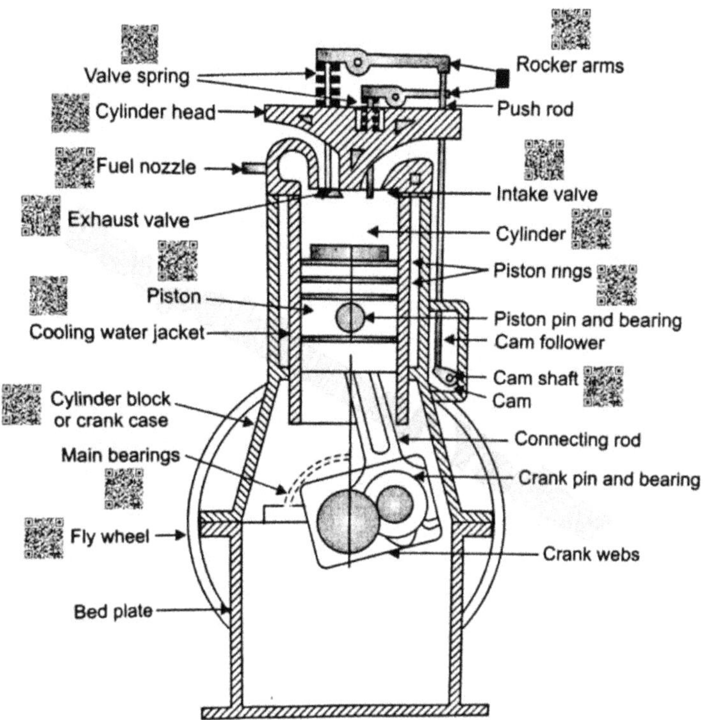


**Components of Diesel Engine**

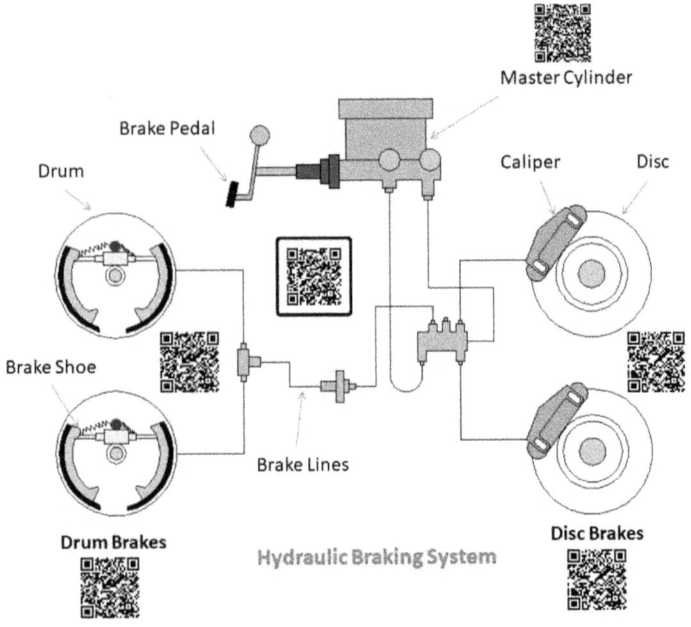
Master Cylinder
Brake Pedal
Drum
Caliper
Disc
Brake Shoe
Brake Lines
Drum Brakes
Disc Brakes
Hydraulic Braking System

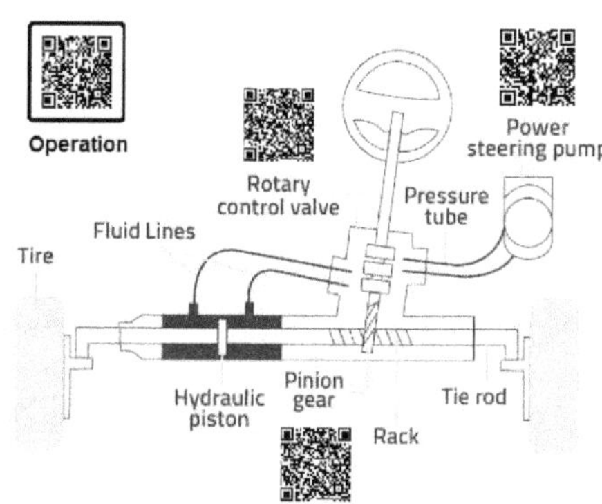


**Power Steering System**

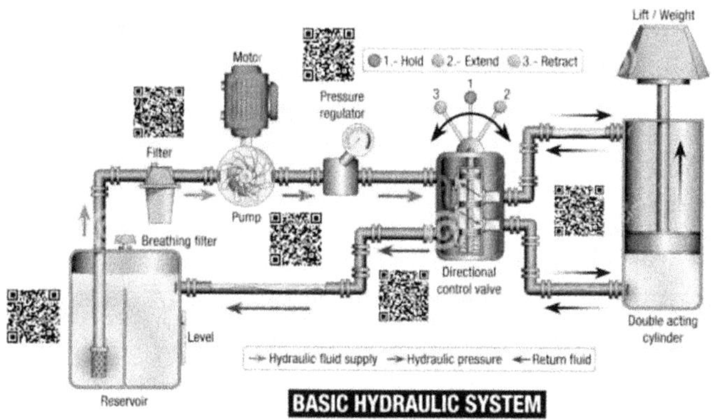


BASIC HYDRAULIC SYSTEM

# 2

# मेकॅनिक एग्रीकल्चेर मशिनरी MAM प्रथम वर्ष मराठी MCQ

कार्यशाळा सुरक्षा कोणती आहे?

अ] दुकानातीलमजलास्वच्छआणिग्रीस, तेलकिंवाइतरनिसरड्यापदार्थांपासूनमुक्तठेवा

ब] वेग बदलण्यापूर्वी मशीन थांबवा

C] फटाके किंवा चिरलेली साधने वापरू नका

ड] धावणारे मशीन हाताने थांबवण्याचा प्रयत्न करू नका

२] पर्सनल प्रोटेक्ट इक्विपमेंटमध्ये (पीपीई] हेल्मेट वापरले जाते

अ] डोकेसंरक्षितकरा

ब] डोळ्यांचे रक्षण करा

क] हातांचे संरक्षण करा

ड] कानांचे रक्षण करा

3] खालीलपैकी कोणते सामान्य सुरक्षिततेशी संबंधित आहे?

A चांगल्या वृत्तीचा कार्यकर्ता ठेवा

ब] काम स्वच्छ आणि स्पष्ट

क] आपल्या कामावर लक्ष केंद्रित करा

ड] मजलाआणिगँगवेस्वच्छआणिस्वच्छठेवा

4] दळताना डोळ्यांच्या संरक्षणासाठी कोणता वापर केला जातो?

अ] गडद हिरवा काच

ब] मुखवटा

क] सूर्याचा चष्मा

ड] सुरक्षागॉगल

5] खालीलपैकी कोणते मशीन सुरक्षिततेसाठी केले जाते?

अ] मशीनसुरूकरण्यापूर्वीतेलाचीपातळीतपासा

ब] पद्धतशीर पद्धतीने कामे करा

क] फरशी आणि गँगवे स्वच्छ आणि स्वच्छ ठेवा

ड] डाय आणि स्कार्फ वापरू नका

6] In पर्सनल प्रोटेक्ट इक्विपमेंट (PPE], 'स्लीव्हज'चा वापर संरक्षणासाठी केला जातो ----------

चेहरा

ब] डोळे

क] कान

ड] हात

7] ABC म्हणजे --------------

अ] स्वयंचलित श्वास नियंत्रण

ब] स्वयंचलित रक्त नियंत्रण

क] वायुमार्गातीलश्वासोच्छवासाचेअभिसरण

ड] स्वयंचलित रक्त परिसंचरण

8] आग आणि आग विझवणारे

fire extingusher Fire Extingusher

अग्नीरोधक

9] "वर्ग ब" आग विझवण्यासाठी अग्निशामक यंत्राचे प्रकार वापरले जातात ............

अ] कोरडीशक्ती

ब] कार्बन डायऑक्साइड

क] पाण्याचा जेट

ड] फोम प्रकार

10] सामान्य आग विझवण्यासाठी कोणत्या प्रकारचे अग्निशामक यंत्र वापरले जाते?

अ] पाण्याचेप्रकारविझविण्याचेयंत्र

ब] फोम प्रकार एक्टिंग्विशर

क] कोरडी रासायनिक पावडर एक्टिंग्विशर

D] कार्बन डायऑक्साइड (C02] एक्टिंग्विशर

11] रक्तस्त्राव झाल्यास उपचार घ्या

डी] थंड 3" आणि विश्रांती

<u>अ] थंडपाण्याचीफवारणीकरा</u>

ब] लगेच मलमपट्टी -----.

ब] अपघात विचार उपचार बद्दल चौकशी

safety workshop safety

12] अपघात झाल्यास, पीडितेने आय.एम

अ] विश्रांती घेण्यास सांगितले

<u>क] तात्काळहजरझाले</u>

डी] त्याला सोडा

13] जखमी किंवा आजारी व्यक्तीला प्राथमिक उपचार दिले जातात....

अ] जीव वाचवा

ब] मफचा पुढील बिघाड टाळा

क] शक्य तितका आराम द्या

<u>ड] हेसर्व</u>

14] कचरा पेपर वेगळे करण्यासाठी डब्यांचा कलर कोड ----- आहे.

<u>अ] निळारंग</u>

ब] पिवळा रंग

क] लाल रंग

ड] हिरवा रंग

15] जपानी भाषेत सेको म्हणजे --------------

<u>अ] चमकणे</u>

ब] क्रमवारी लावा

क] प्रमाणीकरण

ड] टिकवणे

16] SS प्रणालीचा फायदा ------ आहे.

अ] उत्पादकतेत वाढ

ब] गुणवत्तेत वाढ

क] वेळेचा अपव्यय कमी करणे

ड] हेसर्व

17] सुरक्षा म्हणजे -----------

अ] कोणाचाही व्यवसाय नाही

ब] प्रत्येकशरीराचाव्यवसाय

क] काही शरीर व्यवसाय

ड] संस्थेचा व्यवसाय

18] मूलभूत श्रेणींसाठी सुरक्षा चिन्हे उपलब्ध आहेत "निषेध" चिन्हाचा अर्थ ----

अ] दाखवतेकीतेकेलेजाऊनये

ब] काय केले पाहिजे ते दाखवते

क] धोक्याची किंवा धोक्याची चेतावणी देते

ड] सुरक्षा तरतुदीची माहिती देते

18] एक मायक्रोमीटर (U] समान आहे...

अ] 0.1 मि.मी

ब] ०.०१ मिमी

C ] 0.001 मिमी

ड] 0.0001 मिमी

19] स्लॉटची रुंदी मोजण्यासाठी कॅलिपर म्हणजे...

अ] विषम पाय कॅलिपर

ब] बाहेरील कॅलिपर

C] जेनी कॅलिपर

ड] कॅलिपरच्याआत

caliper hand tools

कॅलिपर

20] विभाजकांचा आकार ----------- द्वारे निर्दिष्ट केला जातो.

अ] पायांची एकूण लांबी

ब] पूर्णपणे उघडल्यावर बिंदूमधील अंतर

क] बिंदू नसलेल्या पायांची लांबी

D]पिव्होटआणिबिंदूमधीलअंतर

21] समांतर रेषा चिन्हांकित करण्यासाठी वापरलेले साधन आहे, डेटाम काठाच्या समांतर आहे -

अ] जेनीकॅलिपर

ब] विभाजक

क] बाहेरील कॉलीपर

ड] कॅलिपरच्या आत

22] खालीलपैकी कोणते एक अप्रत्यक्ष मोजण्याचे साधन आहे?

अ] बाहेरीलकॅलिपर

ब] व्हर्नियर कॅलिपर

सी ] स्टील नियम

ड] बाहेरील मायक्रोमीटर

23] पातळ नळ्या कापण्यासाठी, हॅकसॉ ब्लेडची सर्वात योग्य पिच आहे...

अ] 1.8 मिमी

ब] 1.4 मिमी

क] 1 मि.मी

ड] 0.8 मि.मी

24] ठोस पितळ कापण्यासाठी, हॅकसॉ ब्लेडची सर्वात योग्य पिच आहे...

अ] 1.8 मिमी

ब] 1.4 मिमी

क] 1 मि.मी

ड] 0.8 मि.मी

hacksaw Hacksaw Frame Blade

हॅकसॉ फ्रेम

25] काही स्ट्रोक नंतर एक नवीन हॅकसॉ ब्लेड मुळे सैल होते ...

अ] ब्लेडचेताणणे

ब] विंग-नट धागे जीर्ण होत आहेत

क] ब्लेडची चुकीची खेळपट्टी

ड] करवतीच्या संचाची अयोग्य निवड.

26] लहान व्यासाचे पाईप्स कापताना, नियमितपणे पाहणे आणि याची खात्री करणे उचित आहे ...

अ] कट वक्र रेषेच्या बाजूने आहे

ब] अधिककरवतीचेदातआकुंचनपावलेआहेत

क] काम जास्त तापलेले नाही

ड] हॅकसॉचे योग्य संतुलन राखले जाते

27] व्हाइस क्लॅम्पचा वापर यासाठी केला जातो...

अ] कठीण जबड्याचे रक्षण करा

ब] कामाचे तुकडे कडकपणे घट्ट करा

क] तयारपृष्ठभागसंरक्षितकरा

ड] जंगम जबडा दाखल होण्यास प्रतिबंध करा

28] चिन्हांकित करताना संदर्भ पृष्ठभाग प्रदान केला जातो ...

अ] पृष्ठभाग मापक

ब] वर्कपीस

क] कामाचे रेखाचित्र

D] मार्किंगटेबलपृष्ठभाग

29] अभियंत्याच्या वाइसचा आकार द्वारे निर्दिष्ट केला जातो ...

अ] जंगम जबड्याची लांबी

ब] जबड्याचीरुंदी

क] दुर्गुणाची उंची

ड] जबडा जास्तीत जास्त उघडणे

30] सार्वत्रिक पृष्ठभाग गेजचा भाग जो डेटाम काठावर समांतर रेषा काढण्यास मदत करतो.

अ] रॉकर हात

ब] स्नग

क] बारीक समायोजन स्क्रू

D ] मार्गदर्शकपिन

universal surface gauge | Surface Gauge

युनिव्हर्सल पृष्ठभाग गेज

31] स्क्राइबर बनलेले आहेत ...

अ] सौम्य पोलाद

ब] उच्चकार्बनस्टील

क] पितळ

ड] कास्ट लोह

32] हँडल फिक्स करण्यासाठी वापरल्या जाणाऱ्या हातोड्याचा भाग...

चेहरा

ब] पेन

क] गाल

ड] डोळाछिद्र

33] चिन्हांकित करण्याच्या हेतूने हातोड्याचे वजन आहे ...

अ] 250 ग्रॅम

ब] 500 ग्रॅम

क] १ किग्रॅ

ड] 2 किग्रॅ

hammer Hammers

हातोडा

34] डिव्हायडर्सचा आकार द्वारे निर्दिष्ट केला जातो ...

अ] पायांची एकूण लांबी

ब] पूर्णपणे उघडल्यावर बिंदूमधील अंतर

क] बिंदूशिवाय पायांची लांबी

D] <u>पिव्होटआणिबिंदूमधीलअंतर</u>

35] ‘V’ ब्लॉकच्या खोबणीचा समाविष्ट केलेला कोन नेहमीच असतो....

अ] ४५०

ब] ६००

क] ९००

ड] <u>120०</u>

36] ‘V’ ब्लॉक्सच्या ग्रेडमध्ये उपलब्ध आहेत...

अ] <u>अआणिब</u>

ब] अ, ब आणि क

क] १,२ आणि ३

ड] १ आणि २

37] ‘B’ ग्रेडचे ‘V’ ब्लॉक बनलेले आहेत

अ] <u>कास्टलोह</u>

ब] सौम्य पोलाद

क ] स्टील

ड] कास्ट स्टील

38] केंद्र शोधण्यासाठी वापरलेल्या पंचाचे नाव सांगा.

अ] प्रिक पंच ३०°

ब] प्रिक पंच ६०°

<u>क] केंद्रपंच</u>

ड] डॉट पंच

Centre punch 1 Punches

मध्यभागी पंच

39] केंद्र पंचाचा बिंदू कोन -------- आहे.

अ] ३०°

ब] ५०°

c] 900

ड] 1200

40] पंचांचा वापर --------- कोणत्याही आकाराचा बनवण्यासाठी केला जातो

अ] छिद्र

ब] खाण

C] Knurling

ड] रीमिंग

41] साधारणपणे वाइसच्या हँडलची लांबी ---------- असते.

अ] वाइसच्या सामान्य आकाराच्या 1.5 पट

ब] वाइसच्यासामान्यआकाराच्या 2.5 पट

क] वाइसच्या सामान्य आकाराच्या 3.5 पट

ड] वाइसच्या सामान्य आकाराच्या 4.5 पट

bench vice Bench Vice

खंडपीठ उपाध्यक्ष

42] बेंच व्हाईस स्पिंडल ............ चे बनलेले असते.

अ] सौम्यपोलाद

ब] कास्ट लोह

क] साधन स्टील

ड] कांस्य

43] फाइल्सची उत्तलता मदत करते...

अ] अवतल पृष्ठभाग फाइल करण्यासाठी

ब] बहिर्वक्र पृष्ठभाग फाइल करण्यासाठी

क] कामाच्याकडागोलाकारटाळण्यासाठी

D] दाब लागू झाल्यावर सरळ होणारी फाईल

files 1 Files

फाईल्स

44] लाकूड, चामडे आणि इतर मऊ साहित्य भरण्यासाठी कोणती फाईल वापरली जाते?

अ] सिंगल कट फाइल

ब] डबल कट फाइल

c]रास्पकटफाइल

ड] वक्र कट फाइल

45] वापरलेली फाईल ------------ साठी वापरली जाते.

अ] कामाचा तुकडा साफ करणे

क] फाईलचे दात नूतनीकरण करणे

ब] फाईलचेदातसाफकरणे

ड] चिप्स साफ करणे

४६] फाइल कार्ड -------- यासाठी वापरले जाते.

अ] कामाचा तुकडा स्वच्छ करा

C] फाईलचे दात नूतनीकरण करा

ब] फाईलचेदातस्वच्छकरा

47] लेखकाचा बिंदू कोन ----------- आहे.

अ] ३०°

ब] ६०°

C ] 5° ते 10°

D] 12° ते 15°

48] कास्ट आयरनला चिपकण्यासाठी कटिंग अँगल आहे...

अ] ३७.५०

ब] 55◦

क] 60◦

ड] 90◦

chisel hand tools

49] छिन्नी सामग्रीमध्ये खोदेल जेव्हा...

अ] रेक कोन अधिक आहे

ब] क्लिअरन्स कोन खूप कमी आहे

क] झुकावकोनअधिकआहे

ड] झुकाव कोन खूप कमी आहे

५०] कटिंग एजला थोडासा बहिर्वक्रता दिला जातो...

अ] वक्र पृष्ठभाग कापून टाका

ब] टोकदार कोपरे कापून घ्या

क] टोकेखोदण्यासप्रतिबंधकरा

ड] वंगण आत येऊ द्या

51] सरफेस प्लेट्स कशापासून बनतात...

अ] उच्च दर्जाचे कास्ट स्टील

ब] बारीककच्चालोह

क] मिश्र धातु स्टील्स

ड ] लोह

Surface plates hand tools

52] पृष्ठभाग प्लेट्स त्यांच्या लांबी आणि रुंदीनुसार निर्दिष्ट केल्या जातात आणि मध्ये असतात

अ] डेसिमीटर

ब] घनमीटर

<u>क] दंडगोलाकार</u>

53] कोन प्लेटच्या मशीन नसलेल्या भागावर बरगड्या दिल्या जातात...

अ] सुलभ हाताळणी

ब] उत्पादनात सोय

C] मशीनवर सेट करताना क्लॅम्पिंग

ड] <u>कडकपणाआणिविकृतीटाळण्यासाठी</u>

54] अँगल प्लेटवरील स्लॉट यासाठी दिले आहेत...

अ] वजन कमी करणे

ब] काम संरेखित करणे

क] हुक वापरून उचलणे

D] <u>सामावूनघेणारेबोल्ट</u>.

55] कोन प्लेट्सचा आकार द्वारे दर्शविला जातो ...

अ] वजन

ब] लांबी

क] लांबी x रुंदी

ड] <u>आकारक्रमांक</u>

56 ] सिमेंट कार्बाइड सारख्या सामग्रीवरील काम बंद करण्यासाठी उच्च गतीने

अ] सर्व मशीन करा

ब] कापण्याचे यंत्र

<u>क] हेवीड्युटीपॉवरपाहिले</u>

ड] खाण यंत्र बसलेले पाहिले

57] तोफा हा तांब्याचा धातू आहे, ------------

<u>अ] कथीलआणिजस्त</u>

ब] शिसे आणि जस्त

क] झिंक आणि निकेल

ड] शिसे आणि निकेल

58] कास्ट आयर्नचा वापर मशीन बेड तयार करण्यासाठी केला जातो कारण -------

अ] तेअधिकसंकुचिततणावाचाप्रतिकारकरूशकते

ब] ते वजनाने जड असते

क] हा स्वस्त धातू आहे

ड] हा एक ठिसूळ धातू आहे

59] मायक्रोमेट्रिकच्या बाहेर मेट्रिकची अचूकता किंवा किमान गणना --------- आहे

अ] 0-1 मिमी

ब] 0.01 मिमी

C] 0.001 मिमी

ड] 0.02 मिमी

micrometer Out Side Micrometer

60] 1000 मायक्रॉन म्हणजे -----

अ] 1 मि.मी

ब] १ मी

क] 1000 मिमी

ड] 10 सें.मी

61] मेट्रिक मायक्रोमीटरमध्ये, थिमल ॲडव्हान्सची संपूर्ण क्रांती -----------

अ] 0.01 मिमी

ब] 0.25 मिमी

C] 0.50 मिमी

ड] 1.00 मि.मी

micrometer2 Out Side Micrometer

मायक्रोमीटर

62] मायक्रोमीटरमधील रॅचेट स्टॉप ------------ मदत करते.

अ] दाबनियंत्रितकरा

ब] स्पिंडल लॉक करा

C] शून्य त्रुटी समायोजित करा

ड] कामाचा तुकडा धरा

63] 1000 मायक्रॉन म्हणजे ------------

अ] 1 मि.मी

ब] १ मी

क] 1000 मिमी

ड] 10 सें.मी

64] मायक्रोमीटरच्या बाहेरील 50-75 मिमीचे शून्य वाचन किती आहे?

अ] 0.000 मिमी

ब] 0.01 मिमी

क] 25.00 मिमी

ड] 50.00 मिमी

65] मायक्रोमीटरच्या बाहेरील मेट्रिकच्या स्लीव्हवरील सर्वात लहान भागाचे मूल्य ----- आहे.

अ] 0.50 मिमी

ब] 1.00 मिमी

क] 1.50 मिमी

ड] 2.00 मिमी

66] मायक्रोमीटरमधील रॅचेट स्टॉप --------- मदत करते.

अ] दाबनियंत्रितकरा

ब] स्पिंडल लॉक करा

C] शून्य त्रुटी समायोजित करा

ड] कामाचा तुकडा धरा

67] डेप्थ मायक्रोमीटरची किमान संख्या आहे

अ] 0.5 मिमी

ब] 0.2 मिमी

C ] 0.001 मिमी

<u>ड] 0.01 मिमी</u>

Depth micrometer 1 Depth Micrometer

खोली मायक्रोमीटर

68] व्हर्नियर कॅलिपरची सर्वात कमी संख्या आहे (मुख्य स्केल = 49 विभाग, व्हर्नियर स्केल = 50 विभाग)

अ] 0.1 मिमी

ब] 0.01 मिमी

C] 0.001 मिमी

<u>ड] 0.02 मिमी</u>

vernier calliper 1 Vernier Caliper 1

व्हर्नियर कॅलिपर

69] व्हर्नियर कॅलिपर वापरून केलेल्या मोजमापाचा प्रकार ------- आहे.

अ] थेट मोजमाप

<u>ब] अप्रत्यक्षमापन</u>

क] ९०“] (अ] ८१ (ब]

ड] यापैकी नाही

70] व्हर्नियर बेव्हल प्रोट्रॅक्टरची सर्वात कमी गणना आहे...

अ] १"

B] <u>5'</u>

क] 1◦

ड] 5 ◦

71] व्हर्नियर बेव्हल प्रोट्रेक्टरचा भाग जो सामान्यतः कोन मोजण्यासाठी संदर्भ आधार म्हणून वापरला जातो ...

अ] ब्लेड

ब] <u>साठा</u>

क] डिस्क

क] मुख्य प्रमाण

| vernier bevel protractor | Vernier Bevel |
|---|---|
| 3 | Protractor |

व्हर्नियर बेव्हल प्रोट्रेक्टर

72] व्हर्नियर बेव्हल प्रोटेक्टरचा भाग ज्यावर मुख्य प्रमाणात विभाजने चिन्हांकित केली जातात ...

अ] साठा

ब] डायल करा

क] <u>डिस्क</u>

ड] समायोज्य ब्लेड

73] बेव्हल प्रोट्रॅक्टरचा भाग, जो मापन करताना कलते पृष्ठभागाच्या संपर्कात येतो...

अ] <u>ब्लेड</u>

ब] साठा

क ] डिस्क

ड] डायल

74] व्हर्नियर बेव्हल प्रोट्रॅक्टरच्या मुख्य स्केलच्या प्रत्येक भागाचे मूल्य आहे...

अ] ५'

ब] <u>1◦</u>

क] 5◦

ड] 10◦

75] बेव्हल प्रोट्रॅक्टरच्या व्हर्नियर स्केलच्या प्रत्येक भागाचे मूल्य आहे...

अ] 1◦

ब] 1◦5‘

C] <u>1◦55’</u>

D] 5‘

76] टेपर शँक ड्रिल मशीनवर याद्वारे धरले जातात ...

अ] चक

<u>ब] बाही</u>

क] वाहून जाणे

ड] वाइस

drilling machine

taper shank drills

77] ड्रिल चक्स ड्रिलिंग मशीनच्या स्पिंडलवर एका... द्वारे बसवले जातात.

अ] नर्ल्ड रिंग

<u>ब] आर्बर</u>

क ] वाहून जाणे

ड] पिनियन आणि किल्ली

78] ड्रिल्सवर दिलेला मोर्स टेपर...

A] <u>MT 1 ते MT 5</u>

ब] MT 1 ते MT 4

C] MT 0 ते MT 5

D] MT 0 ते MT 4

79] ड्रिफ्टचा वापर यासाठी केला जातो...

अ] ड्रिल स्थान काढणे

ब] मशीन स्पिंडलवर चक फिक्स करणे

क] कामातून तुटलेली ड्रिल काढणे

ड] <u>मशीनस्पिंडलमधूनड्रिलकाढणे</u>

80] जेव्हा ड्रिलची टेपर शँक मशीनच्या स्पिंडलपेक्षा मोठी असते, तेव्हा ड्रिल ठेवण्याचे साधन म्हणजे...

अ] ड्रिल स्लीव्ह

ब] टेपरसॉकेट

क] ड्रिल ड्रिफ्ट

ड] चक आणि कि

81] ड्रिलिंग मशीनमध्ये सौम्य स्टील ड्रिल करण्यासाठी योग्य कटिंग फ्लुइड आहे...

अ] सिंथेटिक विद्रव्य तेल

ब] स्वच्छ तेल

क] डिस्टिल्ड वॉटर

ड] विद्राव्यतेल

82] रेडियल ड्रिलिंग मशीनचे एक विशेष वैशिष्ट्य आहे...

A ] हे HSS ड्रिलसह ड्रिलिंगसाठी वापरले जाऊ शकते

ब] टेबल कोणत्याही स्थितीत हलवले आणि सेट केले जाऊ शकते

क] वेगाची विविधता उपलब्ध आहे

ड] स्पिंडलकोणत्याहीस्थितीतआणलेजाऊशकते

piller

drilling machine drilling-machine-spindle

83] ड्रिलचा बिंदू कोन यावर अवलंबून असतो...

अ] ड्रिलचा आकार

ब] यंत्राचा प्रकार

क] कामाचेसाहित्य

D] ड्रिलचा RPM

84] मानक ड्रिलसाठी बिंदू कोन आहे...

अ] 60◦

ब] 108◦

क] 118◦

ड] 135◦

85] हेलिकल कोन ठरवतो...

अ] कटिंग अँगल

ब] कोन चघळणे

क] रेककोन

D ] ओठांचा कोन

86] ड्रिलचा क्लिअरन्स कोन दरम्यान आहे...

अ] 3◦ ते 5◦

ब] 8◦ ते 12◦

क] 12◦ ते 20◦

ड] 15◦ ते 20◦

87] दुर्गम ठिकाणी (वीज उपलब्ध नाही) रेल्वे ट्रॅक ड्रिल करायचा आहे. योग्य ड्रिलिंग मशीन निवडा

अ] रेडियल ड्रिलिंग मशीन

ब] पिलर ड्रिलिंग मशीन

क] रॅचेटड्रिलिंगमशीन

ड] संवेदनशील ड्रिलिंग मशीन

drilling drilling machine

ड्रिलिंग

88] कॅबिनेट बनवण्यासाठी सुताराने वापरलेले ड्रिलिंग मशीन म्हणजे...

अ] रॅचेट ड्रिलिंग मशीन

ब] रेडियल ड्रिलिंग मशीन

क] स्तनड्रिलिंगमशीन

ड] संवेदनशील ड्रिलिंग मशीन

89] वीज उपलब्ध नसलेल्या ठिकाणी छिद्र पाडण्यासाठी खालीलपैकी कोणते ड्रिलिंग मशीन वापरले जाते?

अ] बेंच ड्रिलिंग मशीन

B ] खांब ड्रिलिंग मशीन

क] ड्रिलिंग मशीन पुन्हा डायल करा

<u>ड] रॅचेटड्रिलिंगमशीन</u>

90] खालीलपैकी कोणते ड्रिलिंग मशीन हेवी ड्युटी कामासाठी वापरले जाते?

अ] बेंच ड्रिलिंग मशीन

ब] पिलर ड्रिलिंग मशीन

<u>क] रेडियलड्रिलिंगमशीन</u>

ड] इलेक्ट्रिक हँड ड्रिलिंग मशीन

91] ड्रिल चक मशीनच्या स्पिंडलवर ------ च्या माध्यमातून धरले जातात.

<u>अ] आर्बर</u>

ब] वाहून जाणे

क] ड्रॉ-इन बार

ड] चक नट

92] संवेदनशील बेंच ड्रिलिंग मशीनमध्ये ---- द्वारे भिन्न वेग प्राप्त केले जातात.

<u>अ] बेल्टपुलीयंत्रणा</u>

ब] हायड्रोलिक यंत्रणा

क] रॅक आणि पिनियन यंत्रणा

ड] कॅम आणि अनुयायी यंत्रणा

93] आवश्यक गुणधर्म मिळविण्यासाठी स्टीलची रचना बदलण्यासाठी गरम आणि थंड करण्याच्या प्रक्रियेला म्हणतात.

अ] कडक होणे

<u>ब] सामान्यकरणे</u>

क] उष्णता उपचार

ड] टेंपरिंग

94] एनीलिंगचा मुख्य उद्देश आहे

अ] कडकपणा वाढवा

ब] कणखरपणा वाढवा

<u>क] यंत्रक्षमतासुधारणे</u>

ड] विकृती सुधारणे

95] स्टीलचे सामान्यीकरण करण्याचा उद्देश ----------- आहे.

<u>अ] प्रेरितताणकाढूनटाका</u>

ब] जनुक सुधारणे आणि ठिसूळपणा कमी करणे

क] धातू मऊ करणे

ड] पृष्ठभाग वाढवा?

96] खालीलपैकी कोणती प्रक्रिया बाह्य 5" एनीलिंगसाठी कठोर करण्यासाठी वापरली जाते

अ] कडक होणे

ब] टेंपरिंग

क] केसकडकहोणे

ड] अश्रू पृष्ठभाग

97] टफ आणि ductIle कोर आणि हार्ड ou असलेले घटक तयार करण्याचा उद्देश...... म्हणून ओळखला जातो.

अ] कडक होणे

ब] केसकडकहोणे

क] टेंपरिंग

ड] एनीलिंग

98] हार्डनिंग करताना उच्च कार्बन स्टीलचे कमी गंभीर तापमान ---------- असते

A] 9600C

ब] 900° से

c] 7230 इ.स

D] 56O C

99] संरचना बदलण्याची आणि अशा प्रकारे गरम आणि थंड करून गुणधर्म बदलण्याची प्रक्रिया म्हणून ओळखली जाते.

अ] उष्णताउपचार

ब] मिश्रधातू

क] टेंपरिंग

ड] यापैकी नाही

100] धान्य रचना शुद्ध करण्यासाठी खालीलपैकी कोणती उष्णता उपचार प्रक्रिया अवलंबली जाते.

अ] एनीलिंग

ब] कडक होणे

क] टेंपरिंग

ड] सामान्यकरणे

101] लोखंड आणि पोलादावर ॲनिलिंग केले जाते ---------

अ] अंतर्गत ताण दूर करण्यासाठी

ब] कडकपणा कमी करण्यासाठी

क] यंत्रक्षमता सुधारण्यासाठी

ड] हेसर्व

102] खालीलपैकी कोणते उष्मा उपचाराच्या टप्प्यांत येत नाही?

अ] गरम करणे

<u>ब] स्वच्छता</u>

क] शमन करणे

ड] भिजवणे

20] धातू 02

103] तोफा धातू हा तांब्याचा मिश्र धातु आहे, ------------

<u>अ] कथीलआणिजस्त</u>

ब] शिसे आणि जस्त

क] झिंक आणि निकेल

ड] शिसे आणि निकेल

104] गटर, छताचे फ्लॅशिंग, हुड इत्यादी बनवण्यासाठी.

अ] गॅल्वनाइज्ड लोह

ब] स्टेनलेस स्टील

क] <u>तांब्याचे पत्र</u>

ड] धातूची पत्रके

105] डेअरी मध्ये. फूड प्रोसेसिंग, किचन वेअर इ.

अ] गॅल्वनाइज्ड लोह

ब] <u>स्टेनलेस स्टील</u>

क] तांब्याचे पत्र

ड] धातूची पत्रके

106] बादल्या, हीटिंग डक्ट, कॅबिनेट इत्यादी बनवण्यासाठी.

अ] <u>गॅल्वनाइज्ड लोह</u>

ब] स्टेनलेस स्टील

क] तांब्याचे पत्र

ड] धातूची पत्रके

107] एका शीटमध्ये अनेक छिद्र पाडणे याला काय म्हणतात?

अ) <u>छिद्रपाडणे</u>

ब) विभक्त होणे

c) नॉचिंग

ड) लॅन्सिंग

108] शीटचे दोन किंवा अधिक तुकडे करणे याला काय म्हणतात?

अ) छिद्र पाडणे

ब) <u>विभक्तहोणे</u>

c) नॉचिंग

ड) लॅन्सिंग

109] कातरण्याच्या ऑपरेशनमध्ये काठावरुन तुकडे काढणे याला काय म्हणतात?

अ) छिद्र पाडणे

ब) विभक्त होणे

c) <u>नॉचिंग</u>

ड) लॅन्सिंग

110] कोणतेही साहित्य न काढता टॅब सोडणे याला काय म्हणतात?

अ) छिद्र पाडणे

ब) विभक्त होणे

c) नॉचिंग

ड) <u>लॅन्सिंग</u>

111] एका लहान सरळ पंचाला वर आणि खाली वेगाने डायमध्ये हलवणे ही प्रक्रिया कोणत्या नावाने ओळखली जाते?

अ) छिद्र पाडणे

ब) विभक्त होणे

c) <u>निबलिंग</u>

ड) लॅन्सिंग

112] पत्र्याची जाडी जसजशी वाढेल तसतसे क्लिअरन्सही लागेल का?

अ) <u>वाढ</u>

ब) कमी होणे

c) प्रभाव नाही

ड) प्रथम घट मग वाढ

113] बेव्हलिंग विशेषतः कातरणे योग्य आहे?

अ) पातळ रिक्त जागा

b) <u>जाडरिक्तजागा</u>

c) अतिशय पातळ रिक्त जागा

ड) उल्लेखित पैकी काहीही नाही

114] खालीलपैकी कोणता डायचा प्रकार आहे?

अ) साधा मृत्यू

ब) प्रगतीशील मरतात

c) कंपाऊंड डाय

ड) <u>उल्लेखितसर्व</u>

115] खालीलपैकी कोणता डाय ब्लँकिंग, पंचिंग, नॉचिंग इत्यादी अनेक ऑपरेशन्स करू शकतो?

अ) साधा मृत्यू

ब) प्रगतीशीलमरतात

c) कंपाऊंड डाय

ड) उल्लेखित पैकी काहीही नाही

116] जसजसे क्लिअरन्स वाढत जाईल, पंच बल आवश्यक आहे?

अ) कमीहोते

ब) वाढते

c) समान राहते

d) प्रथम वाढते नंतर कमी

1 17] फोर्जिंग HSS साठी कमाल तापमान ------------- अंश आहे.

अ] 1200

ब] 100

क] 1100

ड] 1500

118] एनीलिंगचा मुख्य उद्देश ----------- आहे.

अ] यंत्रक्षमतासुधारण्यासाठी

ब] चुंबकत्व सुधारण्यासाठी

क] कडकपणा वाढवण्यासाठी

ड] कणखरपणा वाढवण्यासाठी

119] HSS टूलमधील कार्बन टक्केवारी ------- आहे

अ] ०.७५ते१.००%

ब] 1.00 ते 2.00 00

क] ०.६० ते ०.७५%

ड] ०.०२ ते ०.०३ %.

120] खालीलपैकी कोणता धातूचा लवचिक विकृतीचा प्रतिकार आहे?

अ] लवचिकता.

ब] ताकद

क] कडकपणा

ड] कणखरपणा

121] कॅनरी आणि रासायनिक वनस्पतींमध्ये मेटल शीट्स

अ] गॅल्वनाइज्ड लोह

ब] स्टेनलेस स्टील

क] तांब्याचे पत्र

D ] धातूची पत्रके

122] मिश्रधातूचे पोलाद, चांगले संक्षारक प्रतिकार आणि सहज वेल्ड

अ] काळे लोखंड

ब] गॅल्वनाइज्ड लोह

क] <u>स्टेनलेस स्टील</u>

ड] ॲल्युमिनियम

123] सर्वात स्वस्त, कोणत्याही इच्छित जाडीवर आणले जाऊ शकते

अ] <u>काळे लोखंड</u>

ब] गॅल्वनाइज्ड लोह

क] स्टेनलेस स्टील

ड] ॲल्युमिनियम

124] गंज तेजस्वी चांदीच्या देखावा विरुद्ध प्रतिकार

अ] काळे लोखंड

ब] <u>गॅल्वनाइज्ड लोह</u>

क] स्टेनलेस स्टील

ड] ॲल्युमिनियम

125] झपाट्याने खराब होते. निळसर काळा रंग

अ] <u>काळे लोखंड</u>

ब] गॅल्वनाइज्ड लोह

क] स्टेनलेस स्टील

ड] ॲल्युमिनियम

126] स्टडच्या व्यासाच्या निम्म्याएवढे आंधळे भोक ड्रिल करा. हे टूल भोकमध्ये घाला आणि हे घड्याळाच्या उलट दिशेने वळवून स्टड काढा.

अ ] प्रिक पंच पद्धत

ब] फाइलिंग स्क्वेअर खूप मि.मी

क] <u>चौरस टेपर पंच वापरणे</u>

ड] इझी-आउट पद्धत

127] स्टड पृष्ठभागाजवळ तुटल्यास, स्टड काढण्यासाठी ही पद्धत वापरा.

अ] <u>प्रिक पंच पद्धत</u>

ब] फाइलिंग स्क्वेअर खूप मि.मी

क] चौरस टेपर पंच वापरणे

ड] इझी-आउट पद्धत

128] जेव्हा स्टड पृष्ठभागावर थोडासा तुटलेला असतो तेव्हा ही पद्धत स्टड काढण्यासाठी वापरली जाते.

अ] फाइलिंग स्क्वेअर खूप मि.मी

ब] चौरस टेपर पंच वापरणे

क] इझी-आउट पद्धत

ड] <u>ड्रिल भोक करणे</u>

129] तुटलेला स्टड काढण्यासाठी या पद्धतीत एक विशेष साधन वापरले जाते.

अ] प्रिक पंच पद्धत

ब] फाइलिंग स्क्वेअर खूप मि.मी

क] चौरस टेपर पंच वापरणे

ड] <u>इझी-आउट पद्धत</u>

130] पसरलेल्या स्टडला चौकोनी स्वरूपात फाइल करा आणि ते काढा.

अ] प्रिक पंच पद्धत

ब] <u>फाइलिंग स्क्वेअर खूप मि.मी</u>

क] चौरस टेपर पंच वापरणे

ड] इझी-आउट पद्धत

131] अमोनियम क्लोराईडचा वापर सोल्डरिंगसाठी फ्लक्स म्हणून केला जातो ...

अ] <u>पोलाद</u>

ब] ॲल्युमिनियम

क] गॅल्वनाइज्ड लोह

ड] स्टेनलेस स्टील

132] एमएस शीट्सचे सोल्डरिंग तापमानात होते...

अ] 150◦C

ब] <u>250◦C</u>

C] 400◦C

ड] 850◦C

133.] सोल्डरिंग ऑपरेशनमध्ये बेस मेटल...

A.] <u>गरमहोतनाही</u>

B.] 200◦C पर्यंत गरम

C.] 650◦C पर्यंत गरम

D.] लाल गरम स्थितीत गरम

134] शीट्स जाड प्लेट्समध्ये जोडण्यासाठी रिवेट्स.

अ] <u>काउंटरस्कंक हेड</u>

ब] सपाट डोके

क] पॅन डोके

ड] मशरूम

135] शीट मेटल जोडण्यासाठी रिवेट्स.

अ] काउंटरस्कंक हेड

ब] सपाट डोके

क ] पॅन हेड

ड] मशरूम

136] हेवी फॅब्रिकेशन कामासाठी रिवेट्स.

अ] काउंटरस्कंक हेड

ब] सपाट डोके

क] पॅन डोके

ड] मशरूम

137] साठी रिवेट्स मेटा\ पृष्ठभागावरील रिव्हेटच्या डोक्याची उंची कमी करते

अ] काउंटरस्कंक हेड

ब] सपाट डोके

क] पॅन डोके

ड] मशरूम

138] सामान्यतः संरचनात्मक कामासाठी वापरल्या जाणाऱ्या रिवेट्स.

अ] काउंटरस्कंक हेड

ब] सपाट डोके

क] पॅन डोके

ड] स्नॅप डोके

139] 10 मिमी एमएस प्लेट गॅस कापण्यासाठी ॲसिटिलीन वायूचा दाब...

A.] 0.15 kgf/cm2

B.] 0.5 kgf/cm2

C.] 1.0 kgf/cm2

D.] 1.5 kgf/cm2

140] 10 मिमी जाड सौम्य स्टील कापण्यासाठी तुम्ही कोणत्या आकाराच्या कटिंग नोजलची निवड कराल?

A. ] 0.8 मिमी

B.] 1.2 मिमी

C.] 1.6 मिमी

डी.] 2.0 मिमी

141] उजवीकडील वेल्डिंग तंत्राच्या बाबतीत फिलर रॉडचा कोन आहे...

A.] 10 ते 20°

B.] 20 ते 30◦

C.] 30 ते 40◦

ड.] 40 ते 50◦

142] गॅस वेल्डिंगच्या उच्च दाब प्रणालीचा एक फायदा म्हणजे...

A.] ते स्वस्त आहे

ब.] तेपोर्टेबलआहे

सी.] ते कमी धोकादायक आहे

डी.] यासाठी कुशल वेल्डरची आवश्यकता नाही

143] गॅस रेग्युलेटरचे कार्य आहे...

अ.] विविध प्रकारच्या ज्वाला मिळवा

B.] आवश्यक प्रमाणात वायू मिसळा

C.] ब्लो पाईपमध्ये वाहणाऱ्या वायूचे प्रमाण बदला

डी.] कामाचादबावसेटकरा

gas welding

Oxy Acetylene Welding

144] लॅप फिलेट जॉइंटला उभ्या स्थितीत वायूद्वारे वेल्डिंगसाठी वेल्डच्या रेषेला खालील पाईपचा कोन किती असावा?

A.] 30◦ ते 40◦

B.] 45◦ ते 50◦

C.] 60◦ ते 70◦

ड.] 75◦ ते 80◦

145] स्फोट टाळण्यासाठी एसिटिलीन वायू पास करण्यासाठी कोणत्या धातूच्या पाईपचा वापर करू नये?

अ.] गॅल्वनाइज्ड लोह

ब.] स्टेनलेस स्टील

C.] सौम्य पोलाद

ड.] कूपर

146] अ‍ॅसिटिलीन वायूमध्ये कार्बनची टक्केवारी आहे...

A.] 99%

B.] ९२.३%

सी.] ८९.१%

डी.] ८५.३%

147] ऍसिटिलीन वायूचा समावेश होतो

A.] कॅल्शियम, कार्बन आणि हायड्रोजन

B. ] कॅल्शियम आणि हायड्रोजन

C.] कॅल्शियम, कार्बन, हायड्रोजन आणि ऑक्सिजन

D.] कार्बनआणिहायड्रोजन

148] एसिटिलीन प्युरिफायरमध्ये सल्फरेटेड आणि फॉस्फोरेटेड हायड्रोजन द्वारे काढून टाकले जाते ...

अ.] प्युमिस

ब.] पाणी

सी.] फिल्टर लोकर

डी.] शुद्धकरणारेरसायने

149] गॅस वेल्डिंगमधील फ्लक्सचे एक कार्य म्हणजे...

A.] धातूचेऑक्साईडविरघळतात

B.] मानसिक वितळण्याचा बिंदू कमी करा

C.] ज्वालाचे तापमान वाढवा

ड.] मुळांचा प्रवेश वाढवा

150] गॅस वेल्डिंगसाठी फ्लक्सची निवड खालीलपैकी कोणत्या घटकांवर अवलंबून असते?

A.] सामीलहोण्यासाठीसामग्रीचाप्रकार

B.] धार प्रवेशाचा प्रकार

C.] इंधन वायूचा प्रकार

ड.] ज्वालाचा प्रकार वापरला

151] 300 मिमी लांब कॉपर बट जॉइंट गॅस वेल्डिंगसाठी आवश्यक विचलन भत्ता...

A.] 1 ते 2 मि.मी

B.] 2 ते 3 मि.मी

C.] <u>3 ते 4 मि.मी</u>

ड.] 4 ते 5 मि.मी

1 52] 4 मिमी जाड कॉपर बट जॉइंट गॅस वेल्डिंगसाठी धार तयार करण्याचा प्रकार आहे...

अ.] एकच बेवेल

ब.] <u>एकलवि</u>

क.] दुहेरी वि

ड.] चौकोन

153] गॅस वेल्ड करण्यासाठी वापरल्या जाणाऱ्या नोजलचा आकार 3.15 मिमी जाड ॲल्युमिनियम बट जॉइंट आहे ...

अ.] १३

ब.] १०

सी.] ७

डी.] <u>5</u>

154] ॲल्युमिनियमच्या गॅस वेल्डिंगसाठी प्रीहिटिंग तापमानाचे मूल्य काय आहे?

A.] 100 ते 120◦C

B.] <u>150 ते 180◦C</u>

C.] 180 ते 200◦C

D.] 210 ते 250◦C

155] पाईप टी जॉइंटचे लीक प्रूफ सांधे तयार करण्यासाठी आणि पूर्ण करण्यासाठी वापरल्या जाणाऱ्या साधनाचे नाव सांगा

अ.] <u>चर</u>

ब.] सेट हातोडा

क.] क्रिझिंग हातोडा

ड.] गोल तळाशी भाग

156] कास्ट आयर्न वेल्डिंगसाठी सिंगल वीच्या वी ग्रूव्हचा कोन परंतु संयुक्त ...

A.] 60◦

B.] 70◦

C.] 80◦

D. ] 90◦

157] शील्ड मेटल आर्क वेल्डिंगचे वर्गीकरण या प्रक्रिये अंतर्गत केले जाते ...

A.] इलेक्ट्रिक रेझिस्टन्स वेल्डिंग

ब.] विशेष जोडणी

सी.] इलेक्ट्रिकआर्कवेल्डिंग

डी.] इलेक्ट्रो गॅस वेल्डिंग

158] इलेक्ट्रोड होल्डरचा आकार कसा सांगायचा?

A.] त्याच्या वजनाने

B.] त्याच्या आकारानुसार

C.] त्याच्यावर्तमानवहनक्षमतेनुसार

डी.] ते तयार करण्यासाठी वापरल्या जाणार्या धातूद्वारे

159] 3.15 मिमी मध्यम लेपित सौम्य स्टील इलेक्ट्रोडसाठी वर्तमान संच आहे...

A.] 50 ते 80 amp

ब .] 90 ते 120 amp

C.] 120 ते 150 amp

ड.] 150 ते 170 amp

160] एक लांब चाप वापरला जातो ...

A.] कमी हायड्रोजन इलेक्ट्रोडसह वेल्डिंग

ब.] क्षैतिज स्थिती

C.] प्लगकिंवास्लॉटवेल्डिंग

ड.] कास्ट आयर्न वेल्डिंग

161] इलेक्ट्रोडचा प्रवास वेग जास्त असल्यास, टी फिलेट जॉइंटवर कोणत्या प्रकारचे वेल्ड दोष आढळतात?

अ.] ओव्हरलॅप

B. ] स्लॅग समावेश

C.] जास्त मजबुतीकरण

ड.] मूळप्रवेशाचाअभाव

162] कव्हरिंग/फायनल रनमध्ये इलेक्ट्रोडच्या अयोग्य विणकामामुळे लॅप फिलेट जॉइंटवर कोणता वेल्ड दोष आढळतो?

अ.] तडा

ब.] अंडरकट

क.] संलयनाचा अभाव

D.] प्लेटचीधारवितळली

163] ऑक्सी-आर्क कटिंग प्रक्रियेत खालीलपैकी कोणता वापरला जातो?

A.] फ्लक्स लेपित घन इलेक्ट्रोड

B.] बेअर वायर ट्यूबलर इलेक्ट्रोड

C.] फ्लक्सलेपितट्यूबलरइलेक्ट्रोड

D.] बेअर टंगस्टन आर्क कटिंग इलेक्ट्रोड

164] कार्बन आर्क कटिंग उपकरणातील इलेक्ट्रोड होल्डर बनलेला असतो...

A.] साधे कार्बन स्टील

B.] गॅल्वनाइज्ड लोह

C.] ॲल्युमिनियम

ड.] तांबे

165] टॅपर शँक ड्रिल मशीनवर याद्वारे धरल्या जातात ...

A. चक्स

B. बाही

C. वाहून नेणे

डी. व्हाइस

1 66] ड्रिल चक्स ड्रिलिंग मशीनच्या स्पिंडलवर एका... द्वारे बसवले जातात.

अ.] गुरगुरलेली अंगठी

ब.]आर्बर

क.] वाहून जाणे

ड.] पिनियन आणि किल्ली

167] ड्रिल्सवर दिलेला मोर्स टेपर...

A.] MT 1 ते MT 5

B.] MT 1 ते MT 4

C.] MT 0 ते MT 5

ड.] MT 0 ते MT 4

168] ड्रिफ्टचा वापर यासाठी केला जातो...

अ.] ड्रिल स्थान काढणे

ब.] मशीनच्या स्पिंडलवर चक फिक्स करणे

क.] कामातून तुटलेली कवायत काढणे

ड.] मशीनस्पिंडलमधूनड्रिलकाढणे

169] जेव्हा ड्रिलचा टेपर शँक मशीनच्या स्पिंडलपेक्षा मोठा असतो, तेव्हा ड्रिल ठेवण्याचे साधन म्हणजे...

अ.] ड्रिल स्लीव्ह

ब.] टेपरसॉकेट

क.] ड्रिल ड्रिफ्ट

ड.] चक आणि कि

170] सॉकेट स्क्रू हेड सामावून घेण्यासाठी छिद्राचा शेवट मोठा करण्याची प्रक्रिया आहे...

अ.] रीमिंग

ब.] स्पॉट फेसिंग

क.] काउंटरकंटाळवाणे

ड. ] काउंटर सिंकिंग

171] स्पॉट फेसिंग ऑपरेशनसाठी वापरलेले योग्य साधन आहे...

अ.] रिमर

ब.] काउंटर सिंक

सी.] फ्लायकटर

ड.] लेथ टूल

172] सेंटर ड्रिलिंग हे एक ऑपरेशन आहे...

अ.] ड्रिलिंगआणिकाउंटरसिंकिंग

ब.] ड्रिलिंग आणि काउंटर कंटाळवाणे

क.] ड्रिलिंग करण्यापूर्वी केंद्र स्थान चिन्हांकित करणे

ड.] छिद्राचा व्यास मोठा करणे

173] आर्बर किंवा मॅन्डरेलसह वापरल्या जाणाऱ्या अक्षीय छिद्रासह लहान रेमर म्हणतात -------

अ] समांतर रेमर

ब] समायोज्य रिमर

क] विस्तार रीमर

ड] चकिंगरिमर

reamer 1 Reamers

रिमर

174] खालीलपैकी कोणता मशीन रीमरचा वापर रीमर अक्ष आणि कार्य अक्ष यांच्यातील चुकीचे संरेखन दुरुस्त करण्यासाठी केला जातो?

अ] फ्लोटिंगब्लेडरिमर

B ] मशीन जिग रिमर.

क] शेल रिमर

ड] चकिंग रिमर

175] टॅप बारीक करून पुन्हा तीक्ष्ण केले जातात -----

अ] झोपड्या

ब] धागे

क] व्यास

ड] आराम

176] 50 मेट्रिक खडबडीत धागा M12 x 125 म्हणून नियुक्त केला आहे '12' काय दर्शवते?

अ] प्रमुखव्यास

ब] रूट व्यास

क] खेळपट्टीचा व्यास

ड] रिक्त व्यास

177] 3 अक्षांश 'मिमी पिच 120 वर 3 मिमी पिच कापण्यासाठी आवश्यक बदल गीअर्स शोधा.

अ] ड्रायव्हर / चालवलेला =.455/120

ब] ड्रायव्हर/चालित = 60/120

क] ड्रायव्हर / चालवलेला = 80/120

D] ड्रायव्हर/ चालवलेले 2 40/80 पैकी 5 मिमी

178] लेथ havmg लीड स्क्रू पिचवर 1 5 मिमी पिच कापण्यासाठी आवश्यक गीअर्सची गणना करा

A] ड्रायव्हर / चालवलेला -_20/100

ब] ड्रायव्हर/चालित = 30/100

C] ड्रायव्हर / चालविले = 40/120

D] ड्रायव्हर/चालित = 60/120

1 79] लगतच्या धाग्याच्या दोन बाजूंना जोडणाऱ्या वरच्या पृष्ठभागाला म्हणतात

अ] क्रेस्ट

ब] मूळ

क] पार्श्वभाग

ड] धागा कोन आहे

thread2 screw threads

धागा

180] ISO मेट्रिक थ्रेडचा समाविष्ट केलेला कोन -------- आहे.

अ] 27 1 /2°

ब] ३०°

C] 55°

<u>ड] ६०°</u>

181] खालीलपैकी कोणत्या स्क्रू थ्रेड फॉर्ममध्ये थ्रेड्सच्या फ्लॅंक्समध्ये 55° कोन समाविष्ट आहे?

<u>अ] बीएधागा</u>

ब] एक्मे धागा

क] बट्रेस धागे

ड] पोर धागा

182] खालीलपैकी कोणते फक्त धाग्याचे योग्य स्वरूप पूर्ण करण्यासाठी आणि राखण्यासाठी वापरले जाते?

<u>एकनळ</u>

ब] थ्रेडिंग साधन

क] थ्रेडिंग चेझर

डी ] टिप केलेले साधन

183] कोन 0f lS धागा (V आकाराचा] ---------- आहे

अ] २९°

ब] ४७ १/४°

C] 50°

<u>ड] 60</u>

184] खालीलपैकी कोणत्या पद्धतीमध्ये फक्त बाह्य धागे तयार केले जातात -------

अ] फॉर्म टूल mEthOd

ब] कंपाऊंड विश्रांती पद्धत

<u>क] टेलस्टॉकऑफसेटपद्धत</u>

ड] टेपर टर्निंग संलग्नक पद्धत.

185] शिखा आणि धाग्याचे मूळ यांना जोडणारा पृष्ठभाग ---- म्हणून ओळखला जातो.

अ] पार्श्वभाग

ब] शंक

क] खेळपट्टीचा पृष्ठभाग

ड] या सर्व

186] दोन स्टार्ट थ्रेडची पिच 4 मिमी आहे. मग थ्रेडची लीड ----- यांनी दिली आहे.

अ] 4 मि.मी

ब] 2 मि.मी

क] 8 मि.मी

ड] 6 मि.मी

187] सिंगल पॉइंट कटिंग टूल वापरून लीड स्क्रू पिच असलेल्या लेथवर 2.5 मिमीचा स्क्रू थ्रेड कापण्यासाठी आवश्यक गियर प्रमाण ---- आहे.

अ]१:२

ब] २:१

C] 1:1 मिमी

188] एक मृत्यू ज्यामध्ये एका स्ट्रोकमध्ये एकापेक्षा जास्त कटिंग ऑपरेशन्स तयार होतात

अ] छेदून मरणे

ब] पुरोगामी मरतात

क] संयोजन मरतात

ड] कंपाऊंड मरणे

189] एक डाय ज्यामध्ये प्रत्येक स्ट्रोकमध्ये कटिंग आणि नॉन कटिंग ऑपरेशन्स केल्या जातात.

अ] छेदून मरणे

ब] पुरोगामी मरतात

क] संयोजन मरतात

ड] कंपाऊंड मरणे

tap and die1 Tap Die

डाय टॅप करा

190] एक मृत्यू ज्यामध्ये कामावर दोन किंवा अधिक स्थानकांवर दोन किंवा अधिक अनुक्रमिक ऑपरेशन केले जातात.

अ] छेदून मरणे

ब] पुरोगामी मरतात

क] संयोजन मरतात

ड] कंपाऊंड मरणे

191] एक डाय ज्यामध्ये पंच आणि डायचे आकार कमी किंवा कोणत्याही धातूच्या प्रवाहासह थेट धातूमध्ये पुनरुत्पादित केले जातात.

अ] पुरोगामी मरतात

ब] संयोजन मरतात

क] कंपाऊंड मरतात

ड] फॉर्मिंग मरणे

192] कोणत्याही आकाराची छिद्रे तयार करण्यासाठी डाय वापरला जातो.

अ] छेदून मरणे

ब] पुरोगामी मरतात

क] संयोजन मरतात

ड] कंपाऊंड मरणे

193] अपघर्षकांचे वर्गीकरण ............ मध्ये केले जाते.

अ] दोनप्रकार

ब] तीन प्रकार

c] एक प्रकार

ड] चार प्रकार

194] ------------------- वरून बनवलेली ग्राइंडिंग व्हील्स सर्वात सामान्य आहेत कारण त्याच्या मुक्त आणि थंड कटिंग क्रियेमुळे.

अ] ॲल्युमिनियमऑक्साईड

ब] सिलिकॉन ऑक्साईड

C] अमोनियम ऑक्साईड

ड] कार्बाइड.

195] खालीलपैकी कोणता अपघर्षक बहुधा धातू नसलेल्या वस्तू कापण्यासाठी चाके कापण्यासाठी वापरला जातो?

अ] ॲल्युमिनियम ऑक्साईड

ब] सिलिकॉनकार्बाइड

क ] हिरा

ड] वरीलपैकी नाही

196] टंगस्टन कार्बाइड टूल इन्सर्ट पीसण्यासाठी कोणता अपघर्षक कण वापरला जातो?

अ] सिलिकॉनकार्बाइड

ब] ए|२०३

क] हिरा

ड] कोरंडम

197] खालीलपैकी कोणते नैसर्गिक अपघर्षक आहे?

अ] ॲल्युमिनियम ऑक्साईड

ब] सिलिकॉन

C] बोरॉन कार्बाइड

ड] कोरंडम

198] खालीलपैकी कोणते उत्पादित अपघर्षक आहे?

अ] कोरंडम.

ब] क्वाट्‌र्ज

क] सिलिकॉन

ड] एमरी

199] स्टील फिटिंग पीसण्यासाठी कोणता अपघर्षक कण वापरला जातो?

अ] सिलिकॉन कार्बाइड

ब] ॲल्युमिनियमऑक्साईड

क] हिरा.

ड] बोरॉन ऑक्साईड

200] कॉंक्रीटचे दगड आणि गवंडी कापण्यासाठी चाकाचा कोणत्या प्रकारचा अपघर्षक कट वापरावा?

अ ] सिलिकॉन

ब] Al203

क] डायमंडग्रिट

ड] काच

201] ॲल्युमिनियम ऑक्साईड चाक पीसण्यासाठी वापरले जाते ------------

अ] कास्ट लोह

ब] सिमेंट कार्बाइड.

क] HSS'

ड] सिरॅमिक

202] टिप केलेल्या उपकरणाच्या ऑफहँड ग्राइंडिंगसाठी योग्य हिऱ्याच्या चाकाचा बंध ........... आहे.

अ] रेझिनोइड

ब] विट्रिफाइड

क] शेलॅक

ड] धातू

Grinding wheels 1 bench grinder-wheel

ग्राइंडिंग व्हील

203] खालीलपैकी कोणते बंध सर्रास वापरले जातात?

अ] विट्रिफाइडबॉण्ड'

ब] रबर बंध

क] शेलॅक बाँड

D ] सिलिकेट बाँड

204] रेझिनोइड .बॉन्डसाठी पारंपारिकपणे वापरले जाणारे चिन्ह ~~~~~~~~~ आहे.

अ] वि

ब] आर फ

क] बी

ड] इ

205] ग्राइंडिंग सराव मध्ये "ग्रेड ऑफ व्हील" या शब्दाचा संदर्भ ---------' आहे.

अ] वापरलेल्या अपघर्षकाची कडकपणा

<u>ब] चाकाच्याबंधाचीताकद</u>

C] चाक 0f समाप्त करा

ड] कामाच्या तुकड्यांची कडकपणा

206] चाके कापण्यासाठी कोणते बंधन वापरले जाते?

अ] रबर

ब] विट्रिफाइड

<u>क] Resirjoid</u>

ड] शेलॅक

207] ग्राइंडिंग व्हीलची कडकपणा ---------- द्वारे निर्धारित केली जाते.

<u>अ] प्रतिकारकेला. ग्राइंडिंगस्ट्रेसविरूद्धबॉण्डद्वारे</u>

ब] अपघर्षक धान्यांची कडकपणा

क] बंधनाची कडकपणा

ड] आत प्रवेश करण्याची क्षमता

208] अत्यंत वेगाने ग्राइंडिंग व्हील सुरक्षितपणे चालवणे आवश्यक असते तेव्हा कोणता बंध वापरावा? "

अ] विट्रिफाइड

ब ] शेलॅक

क] सिलिकेट

<u>D]रेझिनोइड' आणिरबर</u>

209] पृष्ठभाग ग्राइंडिंगमध्ये सामान्य उद्देशाच्या पृष्ठभागाच्या ग्राइंडिंगसाठी ग्राइंडिंग व्हीलच्या धान्य आकाराची योग्य श्रेणी कोणती आहे?

अ] 20 ते 36

<u>ब] 46 ते 60</u>

क] 80 ते 120

ड] 150 ते 300

210] भारतीय मानकांनुसार, '46' हे धान्य «w.' च्या गटात येते. -----

अ] खडबडीत

<u>ब] मध्यम</u>

क] ठीक आहे

ड] खूप छान

211] ग्राइंडिंग व्हीलमध्ये वापरल्या जाणाऱ्या ॲब्रेसिव्हचा आकार सामान्यतः ---------- द्वारे निर्दिष्ट केला जातो.

अ] कडकपणा क्रमांक

ब] चाकाचा आकार

क] अपघर्षकाची मऊपणा किंवा कडकपणा

ड] जाळीक्रमांक

212] बेंच ग्राइंडर ............ साठी वापरतात.

अ] हेवी ड्युटी काम

ब] जड आणि हलके काम

क] लाईटड्युटीकाम

ड] साबणाचे काम

213 ] बेंच ग्राइंडर ................ वर बसवले जातात.

अ] पाया

ब] तक्ता.

क] व्हील गार्ड

ड] कन्व्हेयर

214] खालीलपैकी कोणते विधान बरोबर आहे?'

अ] आकारतपासण्यासाठीगेजवापरलेजातात

ब] आकार चक करण्यासाठी टेम्पलेट वापरतात

क] आकार मोजण्यासाठी गेज वापरतात

D] घटकाचा आकार तपासण्यासाठी गेज वापरतात

215] विभागात कोणत्या मानक तापमानावर गेज ठेवले जातात?

अ] 100 क

ब] 20° से

क] 100 फॅ

ड] 20° फॅ

216] वर्कशॉपमध्ये सामान्यतः कोणत्या ग्रेडचा स्लिप गेज वापरला जातो?

A] ग्रेड 0

ब] ग्रेड एल

क] ग्रेड एच

ड] ग्रेड 0

slip gauge 1 Slip Gauge

स्लिप गेज

217] भारतीय मानकांनुसार एक विशेष सेट गेज वापरला जातो

अ] 81 तुकडे

<u>ब] 112 तुकडे</u>

क] 120 तुकडे

ड] 130 तुकडे

218] संदर्भ गेजची अचूकता आहे

अ] ०.०५ मिमी

ब] 0.01 मिमी

<u>C]०.००१.</u>

ड] 0.0001 मिमी

219] स्लिप गेजवर मुंगी बुरचे केस, ते काढून टाकले पाहिजे

अ] भरणे

<u>ब] लॅपिंग</u>

क] खरवडणे

ड] दळणे

220] स्लिप गेजची कठोरता असावी?

<u>A] 63 HRC पेक्षाजास्त</u>

ब] 58 HRC

C] 55 HRC

ड] 50 HRC

221]--------------- ०.०१ मिमीच्या अचूकतेमध्ये घटक तपासण्यासाठी स्लिप गेजचा वापर केला जातो.

<u>अ] कार्यशाळेचेगेज</u>

B ] तपासणी मापक

क] संदर्भ गेज

ड] रिंग गेज

222], ------------ अचूक साधनाची अचूकता तपासण्यासाठी वापरले जाते.

<u>अ] गेजब्लॉक</u>

ब] फॅडर गेज

क] साइन बार

ड] प्लग गेज

223] अचूकता सुनिश्चित करण्यासाठी वापरण्यापूर्वी स्लिप गेज साफ केले जातात. यासाठी तुम्ही कोणते माध्यम वापराल.

अ] तेल

ब] पातळ

C]कार्बनटेट्राक्लोराईड / पांढरेपेट्रोल

ड] टर्पेन्टाइन तेल

224 ]समान घटकांची मितीय अचूकता तपासण्यासाठी, डायल चाचणी निर्देशक टी 6 आकारासाठी सेट केला जातो आणि तुलनाकर्ता म्हणून वापरला जातो. डायल टेस्ट इंडिकेटरवर सेट करण्यासाठी तुम्ही काय वापराल?

A] डायल टेस्ट इंडिकेटर

ब] टीटर गेज

क] स्लिपगेज

डी], पृष्ठभाग गेज

225] मोठ्या प्रमाणात उत्पादनात अदलाबदल क्षमता साध्य करण्यासाठी खालीलपैकी कोणता घटक आवश्यक आहे? .

अ] भूमितीय अचूकता.

ब] मानकीकरण

क] मितीयअचूकता

ड] पृष्ठभाग समाप्त

226] अदलाबदल क्षमता सामान्यतः लागू केली जाते? _

अ] भागांची दुरुस्ती

ब] मोठ्याप्रमाणावरउत्पादन

क] सिंगल पीस उत्पादन

ड] हे सर्व

227] जेव्हा सहिष्णुता मूळ परिमाणाच्या एका बाजूला दिली जाते तेव्हा त्याला -------- म्हणतात.

अ].सहिष्णुता प्रणाली

ब] एकतर्फीसहिष्णुता

क] द्विपक्षीय सहिष्णुता

ड] भत्ता प्रणाली

228] घटकाच्या परिमाणांचे मोजलेले आकार--------- म्हणतात.

अ] मूळ आकार

ब] नाममात्र आकार

क] अनुमत आकार

ड] वास्तविकआकार

229] रेखांकनामध्ये शाफ्टची परिमाणे 40i 0068/0042 दर्शविली आहे, सहिष्णुतेमध्ये शाफ्टचा आकार किती आहे?

अ] 4.0.64 मिमी

ब] 40.042 मिमी

C] 40.000 मिमी

<u>ड] 39.998 मिमी</u>

230] इन होल मूलभूत प्रणाली ----------

अ] शाफ्टचा आकार स्थिर केला जातो

<u>ब] छिद्राचाआकारस्थिरकेलाजातो</u>

क ] छिद्रावर फक्त ‘भत्ता दिला जातो

ड] परवानगीयोग्य सहिष्णुता छिद्र आणि शाफ्टवर दिली जाते

231] घटकाचा आकार 24 -0.1 असा दिला जातो. -O.1 काय सूचित करते? _

अ] वरचे विचलन + ०.१ मिमी आहे.

ब] निम्न विचलन 0.0 मिमी आहे

C] मूलभूत विचलन 0.0 मिमी आहे

<u>D]खालचेविचलन _0.1 मिमीआहे</u>

232] छिद्राची सहनशीलता ------- मधील फरक आहे

अ] कमाल भोक आकार आणि जास्तीत जास्त शाफ्ट आकार

<u>ब] जास्तीतजास्तभोकआकारआणिजास्तीतजास्तभोकआकार</u>

C] किमान छिद्र आकार आणि जास्तीत जास्त शाफ्ट आकार

ड] किमान छिद्राचा आकार आणि किमान शाफ्टचा आकार

233] ज्या छिद्राचे खालचे विचलन शून्य असते त्याला मूलभूत छिद्र म्हणतात. खालीलपैकी कोणते अक्षर मूळ छिद्र दर्शवते?

अ] इ

ब] एफ

क] ग’

<u>डीएच</u>

234] वरचे विचलन शून्य असलेले कोणते?

<u>अ] Bassc शाफ्ट</u>

ब] मूळ छिद्र

क] सहिष्णुता

ड] मंजुरी

235] शाफ्टवर बॉल बेअरिंग फिट प्रकार आहे? ,

अ ] क्लिअरन्स फिट

ब] ड्रायव्हिंगफिट

क] संकोचन फिट

ड] वरीलपैकी काहीही नाही

236] BIS च्या मर्यादा आणि तंदुरुस्त प्रणालीमध्ये, सहिष्णुतेची श्रेणी संख्या चिन्हांद्वारे दर्शविली जाते आणि तेथे ---------i आहेत

A] सहिष्णुतेचे 14 ग्रेड

ब] सहनशीलतेचे 16 ग्रेड

C]सहिष्णुतेचे 18 ग्रेड'

ड] सहिष्णुतेचे 20 ग्रेड

237] एखाद्या उत्पादनाला गुणवत्ता असते असे म्हणतात जेव्हा ............

limit fit tolarance 1

limit fit
tolerance

फिट सहिष्णुता मर्यादित करा

अ] त्याचा आकार आणि परिमाणे आत आहेत

ब] तेवापरण्यासयोग्यआहे

क] ते खूप चांगले असल्याचे दिसून येते

ड] साहित्याची निवड योग्य आहे

238] होल'30 +0.021, 0.000 आणि शाफ्ट 30 -0.110, 0.143 दरम्यान जास्तीत जास्त क्लिअरन्स आवश्यक आहे.

अ] 0.110 मिमी'

B] ०.१३१ मिमी

C] 0.164 मिमी

ड] 0.143 मिमी

239] रेखांकनामध्ये 25.1002 मिमी असे परिमाण सांगितले आहे. सहिष्णुता म्हणजे काय?

अ] +०.०२ मिमी'

<u>ब] +0.04 मिमी</u>

C] -0.02 मिमी

ड] 25.00 मिमी

240] एका छिद्रात पिन बसवली जाते. पिनचा सहिष्णुता क्षेत्र पूर्णपणे छिद्राच्या वर आहे. प्राप्त फिट असेल?

अ] क्लिअरन्स फिट

ब] संक्रमण फिट

<u>क] हस्तक्षेपफिट</u>

ड] धावणे फिट

241] सहिष्णुता भाग आकारास दिली जाते .............

<u>अ] आवश्यकअनुज्ञेयआकाराच्यात्रुटीमध्येभागाचेउत्पादनकरा</u>

ब] उत्पादन वाढवा

क] उत्पादन कमी करा

ड] घटक अंदाजे पूर्ण करा

242] खालीलपैकी कोणते क्लीयरन्स संपूर्ण मूलभूत प्रणाली अंतर्गत योग्य आहे?

A] 20 H7/p6'

ब] 2067/211

C] ZOG/gll.

<u>D] 20H/g11.</u>

243] BIS प्रणालीनुसार फिटचे तीन वर्ग ............ आहेत.

<u>अ] क्लिअरन्सफिट, इंटरफेरन्सफिटआणिट्रांझिशनफिट</u>

ब] मध्यम फिट, पुश फिट आणि घट्ट फिट

C ] फ्लॅट फिट, गोल फिट आणि स्क्वेअर फिट

ड] 'स्लाइडिंग फिट', लूज फिट आणि संकोचन फिट

244] खालीलपैकी कोणत्या सहिष्णुतेच्या वैशिष्ट्यांमध्ये 20 मिमी पेक्षा जास्त आकारमानहीन आहे?

अ] २० +०.२,-०.३

ब] 20 320.2

<u>क] 20 -0.2, 0.3 ई</u>

D]m 20 +500, ~03

245] कमाल आणि किमान मर्यादेतील फरक -------- आहे.

अ] एकच माहिती देणारा

ब] मूळ शाफ्ट

क] मंजुरी

ड] सहिष्णुता

366] आयताकृती ट्रे विकसित करण्यासाठी विकासाची कोणती पद्धत वापरली जाते?

अ] त्रिकोणी पद्धत

ब] रेडियल लाइन पद्धत

क] समांतररेषापद्धत

डी] चाचणी आणि त्रुटी पद्धत

367] हँड लेव्हल शीअरच्या वरच्या ब्लेडच्या चाकूच्या कटिंग एजचे प्रोफाइल काय आहे?

अ] वक्र

ब] सरळ

क] कललेला

ड] बेवेल्ड

368] शीट मेटलच्या कामात ग्रूव्हरचा वापर कोणत्या कारणासाठी केला जातो?

अ] हेम बनवणे

ब] खोबणी करणे

सी] सीमबंदकरणेआणिलॉककरणे

ड] मजबुतीला मग नोकरीची किनार

369] तीक्ष्ण वाकणे, शीट मेटलच्या कडा दुमडणे यासाठी कोणत्या प्रकारचा भाग निवडायचा?

अ] हॅचेटस्टेक

ब] चोचीचा लोखंडाचा भाग

क] चौरस धार भागभांडवल

ड] टिनमॅनचा एव्हील स्टेक

370] अमोनियम क्लोराईडचा वापर सोल्डरिंगसाठी फ्लक्स म्हणून केला जातो ...

अ] पोलाद

ब] ॲल्युमिनियम

क] गॅल्वनाइज्ड लोह

ड] स्टेनलेस स्टील

371] पाईप टी जॉइंटचे लीक प्रूफ सांधे तयार करण्यासाठी आणि पूर्ण करण्यासाठी वापरल्या जाणार्‍या साधनाचे नाव सांगा

अ] चर

ब] सेटिंग हातोडा

क] क्रिझिंग हातोडा

ड] गोल तळाचा भाग

372] खालीलपैकी कोणता धातू क्ष-किरणांमधून जाऊ देत नाही?

अ] स्टेनलेस स्टील

ब] ॲल्युमिनियम

क] <u>आघाडी</u>

ड] कथील

373] निबलिंग मशीनमध्ये कटिंग एजच्या वर आणि खाली कंपनाची वारंवारता आहे ...

अ] 1000 ते 1500 वेळा

ब] 1500 ते 2500 वेळा

क] <u>2800 ते 3000 वेळा</u>

ड] 3000 ते 3500 वेळा

374] पाईप टी जॉइंटच्या मुख्य पाईपसह शाखा पाईपची लंबता तपासण्यासाठी वापरल्या जाणाऱ्या उपकरणाचे नाव सांगा.

अ] संरक्षक

ब] <u>चौरसप्रयत्नकरा</u>

क] आत्म्याची पातळी

ड] सरळ धार

375].एकल हेम काटकोनात भेटल्यावर कोणत्या प्रकारची खाच वापरली जाते?

अ] व्ही खाच

ब] स्लिट खाच

क] <u>तिरकसखाच</u>

ड] चौकोनी खाच

376] लहान छिद्र कापण्यासाठी कोणते पंच आणि डाई प्रकारचे मशीन वापरले जाते?

अ] कातरणे प्रकार निबलर

ब] <u>पंचप्रकारनिबलर</u>

क] गोलाकार कटिंग मशीन

ड] गिलोटिन कातरण्याचे यंत्र

377] ब्लो पाईप नोजलचे जास्त गरम होणे टाळले पाहिजे कारण ते होईल

अ] <u>पाठीमागेआगलागणे</u>

ब] जास्त ऑक्सिजन आणि ॲसिटिलीन वापरतात

सी] संयुक्त मध्ये दोष माध्यमातून बर्न तयार

ड] संयुक्त मध्ये अंडरकट दोष निर्माण करा

३७८] ३.१५ मिमी जाड सौम्य स्टील शीट वेल्ड करण्यासाठी तुम्ही निवडलेल्या नोजलचा आकार सांगा

अ] ३

B.5

क] <u>७</u>

ड] १०

379] वेल्डिंग पितळासाठी ज्योत लावण्याचा प्रकार आहे...

अ] वायु ऍसिटिलीन ज्वाला

ब] तटस्थ ज्योत

क] <u>ऑक्सिडायझिंगज्वाला</u>

ड] carburizing ज्योत

380] लेफ्टवर्ड तंत्र वापरून गॅस वेल्डिंगसाठी शिफारस केलेल्या सौम्य स्टील शीटची जास्तीत जास्त जाडी किती आहे?

अ] 12 मिमी

ब] 10 मि.मी

क] 8 मि.मी

ड] <u>5 मि.मी</u>

381].फिलेट वेल्डच्या मुळे आणि पायाचे बोट यांच्यातील अंतराला...

अ] मूळ अंतर

ब] <u>पायाचीलांबी</u>

क] मजबुतीकरण

ड] घसा जाड

382] सौम्य स्टील शीटची किनार आणि पृष्ठभागाच्या अयोग्य साफसफाईमुळे उद्भवलेल्या वेल्ड दोषाचे नाव द्या

अ] मुळांच्या प्रवेशाचा अभाव

ब] जाळणे

क] अंडरकट

ड] <u>सच्छिद्रता</u>

383] खालीलपैकी कोणता धातूचा यांत्रिक गुणधर्म खेचणाऱ्या शक्तींना प्रतिकार देतो?

अ] कणखरपणा

ब] लवचिकता

क] कडकपणा

ड] <u>तन्यशक्ती</u>

95] दिलेल्या लांबीच्या धातूच्या ताराचे क्षेत्रफळ दुप्पट असल्यास, त्याची प्रतिकारशक्ती...

अ] दुप्पट व्हा

ब] अर्धवटकरणे

क] तसाच राहतो

ड] चार पट अधिक असू द्या

96].खालीलपैकी फक्त एक रेझिस्टन्स वायर मानली जाते

अ] सोने

ब] चांदी

क] निक्रोम

ड] तांबे

97] जेव्हा विरुद्ध ध्रुवीयतेच्या इलेक्ट्रोड्समधील हवा बनते तेव्हा आर्क गरम होते.

अ] ओलावलेला

ब ] कोरडे

क] आयनीकृत

D] वरीलपैकी काहीही नाही

98] भट्टीचे तापमान मोजण्यासाठी वापरले जाणारे मीटर...

अ] हायड्रोमीटर

ब] पायरोमीटर

क] हायग्रोमीटर

ड] टॅकोमीटर

99] इलेक्ट्रोलाइटच्या बाबतीत तापमानात वाढ होते...

अ] प्रतिकारशक्तीकमीहोणे

ब] प्रतिकारशक्ती वाढणे

सी] प्रतिकार मध्ये कोणताही बदल नाही

D] वरीलपैकी काहीही नाही

100] कंडक्टरमध्ये विकसित होणारी उष्णता याच्या प्रमाणात असते...

अ] शक्तीचा वर्ग

ब] प्रतिकाराचा चौरस

C] प्रवाहाचावर्ग

ड] वेळेचा वर्ग

101] खाली दिलेल्या चार धातू/मिश्रधातूंपैकी, तापमान बदलासाठी प्रतिकारशक्तीमध्ये जवळजवळ कोणताही बदल होत नाही...

अ] निकेल

ब] निक्रोम
क] प्लॅटिनम
ड] <u>मँगॅनिन</u>
102] चुंबकाने किंचित मागे टाकलेल्या पदार्थाला म्हणतात ...
अ] चुंबकीय
ब] पॅरामॅग्नेटिक
क] <u>डायमॅग्नेटिक</u>
ड] फेरोमॅग्नेटिक
103] ज्या सामग्रीचे चुंबकीकरण अगदी थोडेसे केले जाऊ शकते त्याला म्हणतात...
अ] चुंबकीय
ब] <u>पॅरामॅग्नेटिक</u>
क] डायमॅग्नेटिक
ड] फेरोमॅग्नेटिक
104] सहज चुंबकीकरण करून अतिशय मजबूत चुंबक बनविणाऱ्या पदार्थांना...
अ] <u>फेरोमॅग्नेटिक</u>
ब] डायमॅग्नेटिक
क] पॅरामॅग्नेटिक
ड] कायम चुंबकीय
105] उच्च धारणाक्षमता असलेला पदार्थ उत्पादनासाठी वापरला जाऊ शकतो ...
अ] इलेक्ट्रोमॅग्नेट्स
ब] <u>कायमचुंबक</u>
C] तात्पुरते चुंबक
ड] परमचुंबक
106] कमी धारणक्षमता असलेला पदार्थ उत्पादनासाठी वापरला जाऊ शकतो ...
अ] <u>इलेक्ट्रोमॅग्नेट्स</u>
B ] कायम चुंबक
क] बार चुंबक
ड] परमचुंबक
107] इंडक्टन्सचे चिन्ह आहे ...
अ] एच
ब] मी
क] <u>एल</u>
ड] एक्स
108] ट्यूब लॅम्प चोक हे याचे उत्तम उदाहरण आहे...

अ] ओपन सर्किट केलेले

ब] शॉर्टसर्किटझाले

क] ग्राउंड केलेले

D] तटस्थ रेषेशी जोडलेले

109] ट्यूब लाईट सर्किटमध्ये चोकचे प्रारंभिक कार्य म्हणजे...

अ] प्रारंभ करंट मर्यादित करा

ब] उच्चव्होल्टेजप्रेरितकरा

C] फिलामेंट गरम करा

D] सुरू केल्यानंतर विद्युत् प्रवाह मर्यादित करा

110] ट्यूब लाईट सर्किटमधील चोकचे दुसरे कार्य म्हणजे...

अ] प्रारंभ करंट मर्यादित करा

ब] उच्च व्होल्टेज प्रेरित करा

C] फिलामेंट गरम करा

D] सुरूकेल्यानंतरविद्युतप्रवाहमर्यादितकरा

111] पासून लाटेची नियतकालिक वेळ 2ms आहे] वारंवारता मोजा

A] 50 HZ

ब] 5 HZ

C] 500HZ

ड] 5 KHZ

112] 220 व्होल्ट्सच्या प्रभावी मूल्यासह साइन-वेव्हचे शिखर मोठेपणा किती मोठे आहे?

अ] 311 व्ही

ब] 380 व्ही

क] 400 व्ही

ड] ४४० व्ही

113] पीक-टू-पीक व्होल्टेज 99V आहे] साइन वेव्हचे प्रभावी मूल्य किती मोठे आहे?

अ] 70 वी

ब] 44.5V

क] 49.5 व्ही

ड] 35 व्ही

114] एक हलणारी कॉइल व्होल्टमीटर 10 V AC वाचतो] प्रभावी व्होल्टेज किती मोठा आहे?

अ] उच्च

ब] कमी

क] समान

ड] 10% जास्त

115] एक हलणारे लोह ammeter 10 A वाचते] दोलनाचा शिखर प्रवाह किती मोठा आहे?

अ] ७.०७ अ

B ] 1.1414A

क] ७०.७ अ

ड] 14.1 अ

116] 2 amps चा विद्युत् प्रवाह 10 ohms च्या resistance मधून वाहतो] resistance मध्ये dissipated power is equal...

अ] 20 वॅट्स

ब] 200 वॅट्स

C] 40 वॅट्स

ड] 5 वॅट्स

117] व्होल्टेज स्थिर ठेवून वारंवारता 50 HZ वरून 100 HZ पर्यंत बदलल्यास, पुरवठ्याशी जोडलेल्या कॉइलची प्रेरक अभिक्रिया...

अ] समान राहते

ब] अर्धा होणे

क] दुप्पटहोतात

ड] 4 वेळा होतात

118] क्षमता प्रभावित होत नाही ...

अ] प्लेट क्षेत्र

ब] प्लेट्समधील अंतर

क] द्वंद्वात्मक साहित्य

ड] वारंवारता

119] कॅपेसिटरची कॅपेसिटिव्ह प्रतिक्रिया बदलते...

अ] थेट वारंवारता सह

ब] वारंवारतेसहउलट

सी] थेट लागू व्होल्टेजसह

डी ] लागू व्होल्टेजसह उलट

120] एका कॅपेसिटरला 6 व्होल्ट्स लावल्यावर 3 कूलॉम्ब चार्ज प्राप्त होतो] त्याची कॅपॅसिटन्स आहे ...

अ ] ०.५फॅराड

ब] 3 फराद

क] 3 फराद

ड] 18 फराद

121] एक कॅपेसिटर 200 व्होल्ट एसी लाईनवर जोडलेला असतो, त्याची किमान व्होल्टेज रेटिंग असावी...

अ] 100 व्होल्ट

ब] 200 व्होल्ट

C] <u>300 व्होल्ट</u>

ड] 400 व्होल्ट

122] ओममीटरने कॅपेसिटरची चाचणी करताना, मीटर काही प्रतिकार दर्शवतो] चाचणी अंतर्गत कॅपेसिटर आहे...

अ <u>] गळती</u>

ब] उघडा

क] चांगले

ड] लहान

123] 80 मायक्रो फॅराड कॅपेसिटरसह मालिकेत जोडलेल्या 40 मायक्रो फॅराड कॅपेसिटरची एकूण कॅपेसिटन्स आहे...

अ] <u>26.7 मायक्रोफॅराड</u>

ब] 40 मायक्रो फॅराड

C] 60.6 मायक्रो फॅराड

ड] 120 मायक्रो फॅरड

124] 3 मायक्रो फॅराड कॅपेसिटरपैकी 3 नग मधून 1 मायक्रो फॅराड कॅपेसिटर मिळविण्यासाठी आपल्याला कनेक्ट करावे लागेल ...

अ] सर्व समांतर

ब] <u>सर्वमालिका</u>

C] 2 मालिका आणि एक समांतर

D] वरीलपैकी काहीही नाही

125] R आणि C असलेल्या AC मालिकेतील सर्किटमध्ये कॅपेसिटरमधून वाहणारा विद्‌युतप्रवाह असेल...

अ] व्होल्टेज मागे पडणे

ब] <u>व्होल्टेजअग्रगण्य</u>

सी] व्होल्टेजसह टप्प्यात

D] वरीलपैकी काहीही नाही

126] आरसी सिरीज सर्किटमध्ये पुरवठ्याची वारंवारता वाढल्यास कॅपेसिटिव्ह रिऍक्टन्स असेल

अ] कमीकेले

ब] वाढले

क] कोणताही परिणाम होत नाही

D] वरीलपैकी काहीही नाही

127] पॉवर कंपन्यांना पॉवर फॅक्टरमध्ये सुधारणा करण्यात रस आहे

अ] रेषाप्रवाहकमीकरा

ब] मोटर कार्यक्षमता वाढवा

C] व्होल्ट-अँपिअर वाढवा

ड] शक्ती कमी करणे

128] कॅपेसिटर AC मोटर लोडचे पॉवर फॅक्टर मूल्य वाढवते जेव्हा ते जोडलेले असते...

अ] मोटरसह मालिकेत

ब] स्टार्टरसह मालिकेत

C ] मोटरच्यासमांतर

डी] मुख्य वळण असलेल्या मालिकेत

129] सामान्यतः, इनॅन्डेन्सेंट लाइटिंग सर्किटचा पॉवर फॅक्टर असतो..

अ] ०

ब] ०.५

क] ०.७०७

ड] १.०

130] जेव्हा आरएलसी मालिका सर्किटमध्ये विद्युतप्रवाह निश्चित करण्यासाठी एकट्या प्रतिकाराचा वापर केला जातो, तेव्हा सर्किट...

अ] एक प्रेरक सर्किट

ब] एक कॅपेसिटिव्ह सर्किट

क] एक संयोजन सर्किट

डी] एकरेझोनंटसर्किट

131] प्रेरक प्रतिक्रिया थेट संबंधित आहे..

अ] प्रतिकार

ब] वारंवारता

क] कॅपेसिटन्स

ड] शक्ती

132] पॉवर फॅक्टर सुधारण्यासाठी सिंक्रोनस मोटर वापरली जाते तेव्हा ...

अ] उत्तेजित

ब] अतिउत्साहीत

क] भारित

ड] लोड न करता धावणे

133] RL समांतर सर्किटमध्ये, एकूण विद्‌युत्‌ प्रवाहाच्या विरोधाला...

अ] प्रतिक्रिया

ब] प्रतिकार

C] सदिश बेरीज

ड] <u>प्रतिबाधा</u>

134] AC समांतर RL सर्किटमध्ये, पॉवर येथे विसर्जित होते

अ] प्रतिबाधा

ब] <u>प्रतिकार</u>

क] अधिष्ठाता

ड] कॅपेसिटन्स

135] कार्बन झिंक सेलचे नाममात्र आउटपुट व्होल्टेज किती आहे?

A] 12V

ब] <u>1.5V</u>

C] 2.0V

D] 2.2V

136] सेल या मालिकेत जोडलेले आहेत..

अ] <u>आउटपुटव्होल्टेजवाढवा</u>

B] आउटपुट व्होल्टेज कमी करते

C] अंतर्गत प्रतिकार कमी करा

ड] वर्तमान क्षमता वाढवा

54137 मध्ये कनेक्ट केले

अ] मालिका

ब] <u>समांतर</u>

C ] मालिका-समांतर

ड] समांतर-मालिका

138] सेलची क्षमता मोजली जाते

अ] वॅट-तास

ब] वॅट्स

क] अँपिअर

ड] <u>अँपिअर-तास</u>

139] सर्वात कमी शेल्फ लाइफ असलेली प्राथमिक सेल आहे

अ] <u>कार्बन – जस्त</u>

ब] अल्कधर्मी

क] पारा

ड] लिथियम

140] ज्या सेलमध्ये दिलेल्या वजनासाठी किंवा व्हॉल्यूमसाठी खूप जास्त ऊर्जा घनता असते

अ] कार्बन-जस्त

ब] अल्कधर्मी

क] पारा

D ] <u>लिथियम</u>

141] 100-Ah क्षमतेच्या बॅटरीने अंदाजे...

अ] <u>12 ता</u>

ब] 8 ता

क] 20 ता

ड] 100 ता

142] जेव्हा बॅटरी जास्त काळ निष्क्रिय ठेवण्याची गरज असते तेव्हा...

अ] बॅटरी जास्त चार्ज करा

ब] इलेक्ट्रोलाइट काढून टाका

क] प्लेट्स डिस्टिल्ड वॉटरने स्वच्छ करा

D] <u>त्यांनावाळवाआणिबॅटरीथंडकोरड्यास्वच्छठिकाणीसाठवा</u>

143] निकेल आयर्न सेलचे सक्रिय पदार्थ आहेत...

अ] निकेल हायड्रॉक्साइड

ब] चूर्ण केलेले लोह आणि त्याचे ऑक्साईड

क] कॉस्टिक पोटॅशचे 21% द्रावण

ड] <u>वरीलसर्वसाहित्य</u>

144] सेलची क्षमता मोजली जाते

अ] वॅट तास

ब] वॅट्स

क] अँपिअर

ड] <u>अँपिअर-तास</u>

145] दुय्यम सेल चार्ज करण्यासाठी, प्रणाली वापरली जाते

अ] कमी व्होल्टेज एसी

ब] उच्च व्होल्टेज एसी

क] एसी

ड] <u>डीसी</u>

187] स्टार्टर मोटरसाठी पातळ केबल्स वापरल्यास

अ] <u>केबल गरम होईल</u>

ब] व्होल्टेज ड्रॉप

C] कमी विद्युत प्रवाह पुरवठा

ड] अधिक विद्युत प्रवाह पुरवठा.

188] बॅटरीमधील मुख्य फीड वायर्समध्ये मुख्य रंग असतो

अ] पांढरा

ब] तपकिरी .

ड] लाल

ड] काळा

189] पृथ्वी सर्किट रंग

C] निळा/लाल

ड] लाल

इ] काळा

फ] पांढरा

190] समोरील पार्किंग दिव्याचा रंग

अ] तपकिरी

ब] पिवळा

C] निळा/लाल

ड] लाल

191] इग्निशन सर्किट रंग

C] निळा/लाल

ड] लाल

इ] काळा

फ] पांढरा

192] सर्किट रंग निर्माण करणे

अ] तपकिरी

ब] पिवळा

C] निळा/लाल

ड] लाल

193] हेड लाईट सर्किट रंग

अ] तपकिरी

ब] पिवळा

C] निळा/लाल

ड] लाल

194] बॅटरी फीड सर्किट रंग

अ] <u>तपकिरी</u>
ब] पिवळा
C] निळा/लाल
ड] लाल

lead acid battery6 electric-car-battery

वाहनातील लीड ॲसिड बॅटरी

195] बॅटरीचे व्होल्टेज मोजते
अ] प्रतिकार
ब] <u>व्होल्टमीटर</u>
C] Ammeter
ड] सेल टेस्टर
250] दबावाखाली द्रव
अ] हेवी ड्युटी इंजिन सुरू करणे
ब] स्टार्टर मोटर
C] <u>हायड्रॉलिक क्रँकिंग</u>
ड] इलेक्ट्रिक मोटर
**251]** हायड्रोलिक फ्लोअर जॅक वापरला जातो
अ] किंग पिन बुश काढण्यासाठी
ब] <u>चाक उचलणे</u>
क] झुडूप दाबण्यासाठी
ड] नोकरी धरा.
252] खालीलपैकी कोणता वायवीय प्रणालीचा फायदा आहे?
अ] कमी किमतीच्या मांडणीसाठी
ब] उत्पादनाचा दर वाढवण्यासाठी
C] कामाच्या चांगल्या वातावरणासाठी
<u>ड] हेसर्व</u>

253]हायड्रॉलिक ब्रेक सिस्टीममधील द्रवपदार्थाचा दाब नियंत्रित केला जातो
अ] कायदा उकळतो
ब] चार्ल्स कायदा
C] पास्कलचानियम
D] वरीलपैकी कोणताही कायदा नाही
254] सिलिंडरच्या आत आणि बाहेर दोन्ही मार्गांनी द्रव येऊ देते
अ] पिस्टन
ब] पुश रॉड
क] प्राथमिक कप
ड] झडपतपासा
255] भरपाई देणारे बंदर सील करते
अ] पिस्टन
ब] पुश रॉड
क] प्राथमिककप
ड] झडप तपासा
256] पिस्टन सक्रिय करते
अ] पिस्टन
ब] पुशरॉड
क] प्राथमिक कप
ड] झडप तपासा
२५७] द्रवपदार्थावर दबाव निर्माण होतो
अ] पिस्टन
ब] पुश रॉड
क] प्राथमिक कप
ड] झडप तपासा
258] इंधन बाहेर जाण्यासाठी दबाव विकसित करते
अ] झडपा
ब] कॉइल स्प्रिंग
क] डायाफ्राम
ड] रॉकर हात
259] डायाफ्राम सक्रिय करते
अ] झडपा
ब] कॉइल स्प्रिंग
क] डायाफ्राम

ड] <u>रॉकरहात</u>

268] डिझेल सायकलमध्ये ज्वलन येथे होते

अ] <u>सतत दबाव</u>

ब] स्थिर खंड '''

क] स्थिर तापमान

ड] स्थिर तापमान आणि दाब.

269] रुडॉल्फ डिझेलने Cl.engine विकसित केले

अ] 1876

ब] 1880

सी] <u>1892</u>

ड] 1930

engines5

diesel engine-valves

वाहनातील इंजिन

270] पर्किन्सने 'पी' मालिकेतील इंजिन तयार केले

अ] 1876

ब] 1880

सी] 1892

ड] 1930

271] NA OTTO ने 4 स्ट्रोक सायकल इंजिन विकसित केले

अ] 1876

ब] 1880

सी] 1892

ड] 1930

272] दुगाल्ड क्लर्कने 2 स्ट्रोक सायकल इंजिन विकसित केले

अ] 1876

ब] <u>1880</u>

**सी]** 1892

ड] 1930

273] सर्व सिलिंडर आडव्या रेषेत

अ] 'व्ही' इंजिन

ब] <u>इनलाइनइंजिन</u>

**C]** विरोधक इंजिन

D] रेडियल इंजिन

274] सिलिंडर 'V' आकारात स्थित

अ] <u>'व्ही' इंजिन</u>

ब] इनलाइन इंजिन

**C]** विरोधक इंजिन

D] रेडियल इंजिन

275] सिलिंडर त्रिज्या स्थितीत

अ] 'व्ही' इंजिन

ब] इनलाइन इंजिन

**C]** विरोधक इंजिन

D] <u>रेडियलइंजिन</u>

276] सिलिंडर एकमेकांच्या विरुद्‌ध क्षैतिजरित्या व्यवस्था केलेले

अ] 'व्ही' इंजिन

ब] इनलाइन इंजिन

**C]** <u>विरोधकइंजिन</u>

D] रेडियल इंजिन

293] सिलेंडरच्या डोक्यातून शिसक्या आवाज येण्याचे कारण काय आहे?

अ] जास्त टॅपेट क्लिअरन्स

ब] चुकीचे इंजेक्शन वेळ

क] पाय-इग्निशन

D] <u>एअर क्लिनर माउंटिंग लूज</u> .

294] सिलेंडर हेड किंवा ब्लॉक वर आरोहित

अ] पंख

ब] रेडिएटर्स

**क]** पंखा

ड] पाण्याचापंप

295] सिलेंडरमध्ये आणि बाहेर दोन्ही मार्गांनी द्रवपदार्थ येऊ देते

अ] पिस्टन

ब] पुश रॉड

**क]** प्राथमिक कप

ड] झडपतपासा

296] हवेच्या टाकीतून हवेचा अतिरिक्त दाब कमी होतो.

अ] एअर कंप्रेसर

ब] अनलोडर वाल्व

सी] सुरक्षाझडप

ड] ब्रेक चेंबर

air tank safety valve

mmv air tank safety valve

एअर टँक सुरक्षा झडप

297] हवेच्या टाकीपर्यंत पोहोचून जास्तीत जास्त हवेचा दाब नियंत्रित करते.

अ] एअर कंप्रेसर

ब] अनलोडरवाल्व

सी] सुरक्षा झडप

ड] ब्रेक चेंबर

298] पुढील आणि मागील ब्रेकला हवा पुरवठा करते

अ] ब्रेक अॅक्ट्युएटर

ब] ड्युअलब्रेकव्हॉल्व्ह

**क]** प्रणाली संरक्षण झडपा

ड] झडप झडप

hydraulic pnumatic

brakes brakes

कारमध्ये ब्रेक

299] वाहन पार्किंगसाठी चालवले जाते.

अ] ब्रेक अॅक्ट्युएटर

ब] ड्युअल ब्रेक व्हॉल्व्ह

**क]** प्रणाली संरक्षण झडपा

ड] झडपझडप

300] विविध सर्किट्समध्ये हवा वितरीत करते

अ] ब्रेक अॅक्ट्युएटर

ब] ड्युअल ब्रेक व्हॉल्व्ह

**क]** प्रणालीसंरक्षणझडपा

301] वाल्व बंद स्थितीत ठेवते

अ] पुश रॉड

ब] टॅपेट

**क]** वसंतऋतु

ड] कॅम लोब

engine valves3

diesel engine-valves

इंजिन वाल्व

302] इंधन आत आणि बाहेर वाहू द्या

अ] झडपा

**ब]** कॉइल स्प्रिंग

**क]** डायाफ्राम

ड] रॉकर हात

cooling system3

engine cooling

कारमध्ये कूलिंग सिस्टम

303] विस्तार टाकीमध्ये शीतलकांना परवानगी देते

अ] प्रेशररिलीफव्हॉल्व्ह

ब] इंजिन फॅन बेल्ट

C] रेडिएटर ड्रेन प्लग

ड] ओव्हर फ्लो पाईप

304] ओव्हरफ्लो व्हॉल्व्ह वापरला जातो

अ] इंधन भरणा यंत्रातील अतिरिक्त इंधन परत पाठवणे

ब] इंधन फिल्टरला अधिक इंधन पुरवठा करण्यासाठी

C] स्वच्छ इंधन पुरवठा करण्यासाठी

डी]गळती होणारे इंधन घेणे

**305]** फीड पंप चालवले जातात

अ] इंजिनचा कॅमशाफ्ट

ब] एफआयपीचा कॅमशाफ्ट

C] टायमिंग गीअर्स

ड] इंजिन ते इंजिन बदलते.

306] तेलाचे पंप साधारणपणे चालवले जातात

अ] कॅमशाफ्ट
ब] रॉकर शाफ्ट
क] क्रँकशाफ्ट
ड] डँपर पुली
307]इंजिन मुळे कमी उर्जा विकसित करते
अ] दोषपूर्णप्रज्वलनवेळ
ब] जास्त प्रमाणात समृद्ध मिश्रण
C] सदोष स्नेहन प्रणाली
डी] खूप घट्ट सिलेंडर हेड
308] द्रवपदार्थावर दबाव निर्माण होतो
अ] ब्रेक पेडल
**ब]** मास्टरसिलेंडरपिस्टन
**क]** व्हील सिलेंडर पिस्टन
ड] वितरण ब्लॉक
309] मास्टर सिलेंडर पिस्टनला लिंकेजमधून ढकलतो.
अ] ब्रेकपेडल
**ब]** मास्टर सिलेंडर पिस्टन
**क]** व्हील सिलेंडर पिस्टन
ड] वितरण ब्लॉक
310] पिस्टन सक्रिय करते
अ] पिस्टन
ब] पुशरॉड
**क]** प्राथमिक कप
ड] झडप तपासा
311] द्रवपदार्थावर दबाव निर्माण होतो
अ] पिस्टन
ब] पुश रॉड
**क]** प्राथमिक कप
ड] झडप तपासा

piston rings & valves7 diesel-engine-piston-rings

इंजिनमधील पिस्टन आणि रिंग

312] पिस्टनचे विस्थापन खंड

अ] |.एचपी

ब] <u>स्वीप्टखंड</u>

क] यांत्रिक कार्यक्षमता

ड] अश्वशक्ती

313] सिलेंडरमध्ये पिस्टनच्या खालच्या दिशेने हालचालीचा प्रारंभ बिंदू

अ] <u>TDC</u> .

ब] सायकल

C] BDC

ड] प्रज्वलन

314] सिलेंडरमध्ये पिस्टनच्या वरच्या दिशेने हालचालीचा प्रारंभ बिंदू

अ] TDC

ब] सायकल

C] <u>BDC</u>

ड] प्रज्वलन

315] फुंकणे प्रतिबंधित करते

अ] पिस्टन

**ब]** पिस्टन पिन

क] कनेक्टिंग रॉड

ड] <u>पिस्टनरिंग</u>

316] सिलेंडर मध्ये reciprocates

अ] <u>पिस्टन</u>

**ब]** पिस्टन पिन

क] कनेक्टिंग रॉड
ड] पिस्टन रिंग
317] पिस्टन आणि कनेक्टिंग रॉड जोडते
अ] पिस्टन
**ब]** पिस्टनपिन
क] कनेक्टिंग रॉड
ड] पिस्टन रिंग
318] सिलेंडरमध्ये दोलन
अ] पिस्टन
**ब]** पिस्टन पिन
क] कनेक्टिंगरॉड
ड] पिस्टन रिंग
319]कनेक्टिंग रॉडचे वरचे आणि खालचे भाग बोल्ट केलेले आहेत
अ] क्रँकशाफ्ट मॅन जर्नल
ब] क्रँकपिनजर्नल
क] कॅमशाफ्ट
ड] पिस्टन पिन बॉस
320] क्रँकशाफ्ट मेन जर्नल आणि क्रँक पिन यांच्यामध्ये छिद्र पाडले जाते
अ] क्रँकशाफ्टचे संतुलन
ब] क्रँकशाफ्ट वजन कमी करणे
C] वंगणकनेक्टिंगरॉडबीयरिंग
ड] क्रँकशाफ्ट कंपन कमी करणे
**321] परस्परगतीचेरोटरीगतीमध्येरूपांतरकरते**
अ] क्रँकशाफ्ट
**ब]** फ्लायव्हील्स
**क]** टॉर्क रेंच
ड] थ्रस्ट बेअरिंग
322] रोटरी हालचाल खेचणे आणि कृती ढकलणे
अ] वायपर मोटर
ब] क्रँकिंग लिंक
क] **पिनियन**
ड] वायपर ब्लेड
323] व्हील हब बेअरिंग्स सामावून घेतात.
अ] किंगपिन

ब] स्प्रिंग पॅड

**क]** स्टबएक्सलशाफ्टभाग

ड] ट्रॅक रॉड बॉल सांधे

**324]** ड्रॉअल प्लेटसह ढकलणे

अ] क्लच कव्हर

ब] रिलीझबेअरिंग

क] बोटे सोडणे

ड] क्लच प्लेट

325] जोराचाभारघेतो

अ] क्रँकशाफ्ट

**ब]** फ्लायव्हील्स

**क]** टॉर्क रेंच

ड] थ्रस्टबेअरिंग

326]वितरक शाफ्ट द्वारे समर्थित आहे

अ] बॉल बेअरिंग

ब] शेल बेअरिंग

क] बुशबेअरिंग

ड] सुई बेअरिंग

**327]** ऊर्जासाठवते

अ] क्रँकशाफ्ट

**ब]** फ्लायव्हील्स

**क]** टॉर्क रेंच

ड] थ्रस्ट बेअरिंग

328] फ्लायव्हील रिंगसह व्यस्त आहे

अ] पिनियन

ब] ओव्हर रनिंग क्लच

**क]** प्लंजर डिस्क

ड] घट्ट पकड

329] फ्लायव्हील मॅग्नेटोचा समावेश होतो

अ] तात्पुरता चुंबक

ब] बार चुंबक

क] कायम चुंबक

ड] सुई चुंबक.

330] फ्लायव्हील मॅग्नेटोमध्ये, इग्निशन कॉइल असते

अ] <u>स्थिर</u>
ब] हलणे
क] फिरणारा
ड] दोलन.
331] कायम चुंबकाला फिरवणे
अ] स्विच
ब] दुय्यम कॉइल
क]<u>फ्लायव्हील्स</u>
ड] कंडेन्सर्स
332] वाहन उलटवताना चालकाचे नियंत्रण असावे
अ] <u>घट्ट पकड</u>
ब] फॉरवर्ड गियर
क] प्रवेगक
ड] हँड ब्रेक.
333] क्लच प्लेट असेंबलीमध्ये स्प्रिंग्ससह मध्यवर्ती स्टील डिस्क असते
अ] ताकद
ब] लवचिकता
क] कमी आवाज
ड] <u>शोषकधक्के</u>
334] मध्ये कुत्र्याच्या तावडीचा वापर केला जातो
अ] <u>गियरबॉक्स</u>
ब] घर्षण तावडी
C] ब्रेक्स
ड] भिन्नता

dog clutches2

mmv dog clutches

वाहनात कुत्र्याचा तावड

335 ] सिंक्रोमेश यंत्रणा प्रदान केली आहे

अ] वाहनाचा वेग वाढवणे

ब] वाहनाचा वेग कमी करणे

C] गुळगुळीत गियर प्रतिबद्धता'

ड] वरीलपैकी काहीही नाही.

336] फक्त स्पर गीअर्स वापरले जातात

अ] सरकणारी जाळी

ब] सिंक्रोमेश

क] डबल डिक्लचिंग

ड] हस्तांतरण प्रकरण

337] गुळगुळीत गियर शिफ्टिंगसाठी वापरले जाते

अ] सरकणारी जाळी

ब] सिंक्रोमेश

क] डबल डिक्लचिंग

ड] हस्तांतरण प्रकरण

338] हार्ड गियर शिफ्टिंगमुळे आहे

अ] जीर्ण झालेली क्लच डिस्क

ब] खराब झालेले मुख्य शाफ्ट बीयरिंग

C] सिंक्रोनायझर युनिट खराब झाले

ड] गिअरबॉक्समध्ये जास्त तेल.

339] गियर स्लिपमुळे आहे

अ] थकलेला सिंक्रोनायझर

ब] जीर्ण झालेली क्लच डिस्क

C] कोरडे मुख्य शाफ्ट बेअरिंग

ड] क्लचचा कमकुवत दाब स्प्रिंग.

340] विशिष्ट गियरमधील आवाज यामुळे होतो

अ] अपुरा क्लच पेडल फ्री प्ले

ब] गियर दात नुकसान

C] क्रॅक्ड गियर बॉक्स केस

डी] खराब झालेले सिंक्रोमेश युनिट .

341] गियरशिफ्ट लीव्हर यासाठी वापरले जाते

अ] क्लच सोडणे

ब] गियर बदलणे

क] इंजिनचा वेग वाढवणे

ड] वाहनाची दिशा नियंत्रित करणे.

steering gearbox3 steering system

## वाहनातील स्टीयरिंग गिअरबॉक्स

342] कोणत्या प्रकारच्या स्टीयरिंग गियर बॉक्समध्ये व्हेरिएबल स्टीयरिंग रेशन प्राप्त होते?

अ] वर्मआणिरोलरस्टीयरिंगगियर

ब] वर्म आणि नट स्टीयरिंग गियर

C] वर्म आणि सेक्टर स्टीयरिंग गियर

डी] रॅक आणि पिनियन स्टीयरिंग गियर

speed gear box6

gear box

वाहनात स्पीड गियर बॉक्स

343] याद्वारे वाहन वेगवेगळे वेग प्राप्त करते

अ] गियरबॉक्स

ब] घट्ट पकड

क] भिन्नता

D] मागील एक्सल आणि चाक

344] मध्ये कुत्र्याच्या तावडीचा वापर केला जातो

अ] गियरबॉक्स

ब] घर्षण तावडी

C] ब्रेक्स

ड] भिन्नता

345] 3 स्पीड गिअर बॉक्समध्ये खालील गीअर्सच्या संयोजनात प्रदान केले आहेत

अ] 3 फॉरवर्डआणि 1 रिव्हर्स

ब] 2 फॉरवर्ड आणि 1 रिव्हर्स

क] 4 पुढे

D] 2 फॉरवर्ड आणि 2 रिव्हर्स

346] कोणता गियर अक्षीय विश्वास निर्माण करत नाही

अ] स्पूरगियर
ब] हेलिकल गियर
C] सर्पिल बेव्हल गियर
डी] बेव्हल गियर
347] जे गीअर्स रोटरी मोशनला रेखीय गतीमध्ये रूपांतरित करते
अ] वर्म गियर्स
ब] हेरिंग बोन गियर
क] रॅकआणिपिनियन
ड] हेलिकल गियर
348] गियर घसरण्याचे कारण काय आहे
अ] अनल्युब्रिकेटेड गियर linka-ges
ब] गिअर बॉक्समध्ये कमी तेल
क] गियरचे तुटलेले दात
डी] गियरलीव्हरचेचुकीचेसमायोजन
350] कूलिंग सिस्टीममधील कूलिंगमधील कूलंटचे उकळत्या तापमानाच्या वापरामुळे वाढ होते.
अ] वॉटर जॅकेट
B] फक्त व्हॅक्यूम वाल्व
सी] दाबप्रकाररेडिएटरकॅप
डी] रेडिएटर कोर ट्यूब्स/पाईप्स

radiator cap4 mmv Radiator cap

वाहनात रेडिएटर कॅप

351] प्रेशर रेडिएटर कॅपचा मुख्य उद्देश आहे
अ] प्रणालीवरदबावआणणे
ब] हवेतील पाण्याचे अभिसरण वाढवा
सी] प्रणालीमध्ये व्हॅक्यूम विकसित करण्यास मदत

D] दबाव वाढणे टाळा

352] खालीलपैकी एक कारण इंजिन जास्त गरम होण्यास कारणीभूत ठरू शकते

अ] अडकलेलेरेडिएटरकोर

ब]कमी निष्क्रिय गती सेटिंग

C]अत्याधिक व्हॉल्व्ह टॅपेट क्लीयरन्स

डी] स्नेहन तेलाचा दाब खूप जास्त आहे

353] सिलेंडर हेड किंवा ब्लॉक वर आरोहित

अ] पंख

ब] रेडिएटर्स

**क]** पंखा

ड] पाण्याचापंप

354] पाण्याचा पंप चालवतो

अ] प्रेशर रिलीफ व्हॉल्व्ह

ब] इंजिनफॅनबेल्ट

**C]** रेडिएटर ड्रेन प्लग

ड] ओव्हर फ्लो पाईप

355] थर्मोस्टॅट झडप उघड्या स्थितीत राहिल्यास खालीलपैकी कोणते होईल

अ] इंजिनपर्यंतमंदवार्मिंग

b]इंजिन जास्त उष्णता देईल

C]इंजिन सुरू होण्यात अयशस्वी

डी] इंजिनचे स्टॉलिंग

thermostat valve

thermostat

वाहनातील थर्मोस्टॅट वाल्व

356]ड्राय संप स्नेहन प्रणालीमध्ये, स्कॅव्हेंजिंग पंप वापरला जातो

अ] पंपतेटाकीपर्यंततेलपंपकरा

ब] सर्व फिरत्या भागांना थेट तेल पंप करा

सी] अतिरिक्त तेलाचा दाब विकसित करा

ड] टाकी पासून बेरीज पर्यंत तेल पंप

357]स्नेहन प्रणालीमध्ये जास्त तेलाचा दाब यामुळे असू शकतो

अ] संपमध्ये इंजिन तेलाचे प्रमाण कमी

ब] रिलीफव्हॉल्व्हचेचुकीचेसमायोजन

C] सक्शन पाईपवर कमी सक्शन प्रभाव

D] वरीलपैकी काहीही नाही

358] खालीलपैकी कोणता घटक एक्झॉस्ट वायूंचा आवाज कमी करतो?

अ] एक्झॉस्ट पाईप

ब] मफलर
क] इनलेट मॅनिफोल्ड
ड] शेपटी पाईप.
359] एअर कंप्रेसरद्वारे चालविले जाते
अ] हेवी ड्युटी इंजिन सुरू करणे
ब] स्टार्टर मोटर
C] हायड्रॉलिक क्रँकिंग
ड] इलेक्ट्रिक मोटर
360] प्रणालीला संकुचित हवा प्रदान करते
अ] एअरकंप्रेसर
ब] अनलोडर वाल्व
सी] सुरक्षा झडप
ड] ब्रेक चेंबर
361] एअर कंप्रेसरसाठी वापरले जाते
अ] बहुउद्देशीय
ब] फक्त गाडी उचलण्यासाठी
क] चाक उचलणे आणि काढणे
ड] छिन्नी दळणे.
362] एअर कॉम्प्रेसरमध्ये, सुरक्षा उपकरण वापरले जाते
अ] हवा चोखणे
ब] हवा पूर्णपणे सोडणे
क] हवेच्या दाबाचे नियमन करणे
ड] हवेचा अतिरीक्त दाब सोडणे .
363] एअर कंप्रेसरमध्ये वापरले जाते
अ] दाब मापक
ब] तेलाची टाकी
क] तेल स्प्रे बंदूक
ड] कार फडकावणे
364] सिलेंडरमध्ये प्रवेश करणारी हवा स्वच्छ करते
अ] एअर हॉर्न
ब] इंधनाची वाटी
क] हवास्वच्छकरणारा
ड] वायु रक्तस्त्राव
382] मूव्हिंग कॉइल इन्स्ट्रुमेंट ... च्या प्रभावावर कार्य करते.

अ] रासायनिक प्रभाव

ब] हीटिंग इफेक्ट

सी] इलेक्ट्रोस्टॅटिक प्रभाव

ड] इलेक्ट्रोमॅग्नेटिकप्रभाव

**383]** बॅटरी पॉवर

अ] हेवी ड्युटी इंजिन सुरू करणे

ब] स्टार्टर मोटर

C] हायड्रॉलिक क्रँकिंग

ड] इलेक्ट्रिक मोटर

starter winding armature2

mmv Starter winding armature

वाहनातील स्टार्टर वाइंडिंग आर्मेचर

384] सोलनॉइडचे दोन टर्मिनल कनेक्ट करा.

अ] पिनियन

ब] ओव्हर रनिंग क्लच

क] प्लंजरडिस्क

ड] घट्ट पकड

385] हॉर्न बटण दाबल्यावर विद्युतप्रवाह हॉर्नमधून वाहतो

अ] हॉर्न स्विच

ब] सोलनॉइड कॉइल

क] बॅटरी

ड] चेसिस.

386] कोरचे चुंबकाकडे वळते

अ] सोलेनोइड स्विच

ब] सक्रिय करणारी तार (गरम झाल्यावर]

C] बॅलास्ट प्रतिरोधक

डी] एक्च्युएटिंग वायर (थंड झाल्यावर]

387] कारमधील अल्टरनेटर 4A वितरित करतो आणि त्याच्या टर्मिनल्समध्ये 3 ओमचा भार जोडलेला असतो. सर्किटचे व्होल्टेज शोधा

A] 18V

ब] 24V

C] 12V

D] 16V

388 बुलडोझरमध्ये कोणत्या प्रकारची सुकाणू यंत्रणा वापरली जाते?

अ] चाकाचा प्रकार

ब] पेडल प्रकार

क] काठीप्रकार

ड] हँडल बार प्रकार

2 कोणत्या प्रकारचे वाहन डाव्या आणि उजव्या चाकाच्या ट्रॅकसाठी वेगळे स्टीयरिंग प्रदान करते?

अ] ट्रॅक्टर

ब] जीप

क] टिपर

ड] बुलडोझर

3 कोणते विद्युत उपकरण ट्रॅक्टर इंजिनचे फ्लायव्हील फिरवते?

अ] अल्टरनेटर

ब] स्टार्टरमोटर

क] बॅटरी

ड] वायपर मोटर

4 हेवी ड्युटी मल्टीसिलेंडर डिझेल इंजिन क्रँक करण्यासाठी कोणत्या प्रकारची क्रँकिंग प्रणाली वापरली जाते?

अ] संकुचित हवा क्रँकिंग

ब] गॅसोलीनइंजिनक्रँकिंग

क] विक्षिप्तपणा हाताळणे

ड] दोरीचा विक्षिप्तपणा

1. पॉवर टिलर ____________ आहे

अ) प्राइममॉवर

b) फळबागा कापण्याची मशीन

c) लहान ट्रॅक्टर

ड) गार्डन ट्रॅक्टर

2. खालीलपैकी कोणता देश अधिक पॉवर टिलर वापरतो?

अ) भारत

ब) जपान

c) रशिया

ड) अमेरिका

3. भारतात पॉवर टिलरची सुरुवात कोणत्या काळात झाली?

अ) १९६३

ब) 1950

c) 1940

ड) १९८१

4. केरोसीन ऑइलची ऑपरेट पॉवर __________ आहे

अ) कुबोटा

ब) कृषी

c) इसेस्की

ड) मित्सुबिशी

5. पॉवर टिलरमध्ये ___________ मधून वीज मिळते

अ) आयसी इंजिन

b) पॉवररिम

c) गॅसोलीन

ड) कोळसा

6. पॉवर टिलरमध्ये, टिलिंग संलग्नक _____ कडून शक्ती प्राप्त करते

अ) मुख्यक्लच

b) टिलिंग क्लच

c) PTO

ड) ट्रान्समिशन गियर

7. मोठ्या पॉवर टिलरमध्ये, मुख्य क्लचचा प्रकार वापरला जातो __________

a) घर्षणक्लच

ब) रबर क्लच

c) व्ही-बेल्ट क्लच

ड) लेदर क्लच

8. पॉवर टिलर्समध्ये, सर्वात जास्त वापरला जाणारा ब्रेक ___________ आहे

अ) आतील बाजूच्या विस्ताराचा प्रकार

b) घर्षणप्रकार

c) बूट प्रकार

ड) रबर प्लेट प्रकार

9. पॉवर टिलरमध्ये, स्टीयरिंग क्लच लीव्हर शक्य आहे ___________

अ) उजव्याआणिडाव्याहँडलच्यापकडीवर

b) उजव्या हँडलवर

c) डाव्या हँडलवर

ड) ड्रायव्हर सीटच्या समोर

10. पॉवर टिलरचे उपयुक्त आयुष्य __________ आहे

अ) 10 वर्षे

ब) 15 वर्षे

c) 5 वर्षे

ड) 2 वर्षे

11. ISEKI निर्मित पॉवर टिलरचा HP ___________ आहे

अ) ८

ब) ७

c) 5-7

ड) ९

12. पॉवर टिलरमध्ये इंजिनपासून मुख्य क्लचपर्यंत शक्ती प्रसारित करण्यासाठी बेल्ट वापरला जातो ___________

अ) व्ही-बेल्ट

b) लेदर बेल्ट

c) कॅनव्हास बेल्ट

ड) सपाट पट्टा

13. पॉवर टिलरमध्ये, चाकाला __________ कडून वीज मिळते

अ) टिल्टिंग क्लच

b) स्टीयरिंगक्लच

c) मुख्य क्लच

ड) PTO

14. पॉवर टिलरमध्ये, इंजिन प्रथम __________ ला शक्ती प्रसारित करते

अ) मुख्यक्लच

ब) चाके

c) स्टीयरिंग क्लच

ड) ट्रान्समिशन गियर

मासिक चाचणी-1, गुण- 20, तारीख:- ______________

(प्रत्येक प्रश्नाला दोन गुण असतात)

**०१] रक्तस्त्रावझाल्यासउपचारघ्या**

अ] थंड पाण्याची फवारणी करा

ब] लगेच मलमपट्टी -----]

क] अपघात विचार उपचार बद्दल चौकशी

डी] थंड 3" आणि विश्रांती

**०२] अपघातझाल्यासपीडितेनेआय.एम**

अ] विश्रांती घेण्यास सांगितले

क] तात्काळ हजर झाले

डी] त्याला सोडा

**०३] जखमीकिंवाआजारीव्यक्तीलाप्राथमिकउपचारदिलेजातात....**

अ] जीव वाचवा

ब] मफचा पुढील बिघाड टाळा

क] शक्य तितका आराम द्या

ड] हे सर्व

**04]कचरापेपरवेगळेकरण्यासाठीडब्यांचाकलरकोड ----- आहे.**

अ] निळा रंग

ब] पिवळा रंग

क] लाल रंग

ड] हिरवा रंग

**०५] जपानीभाषेतसेकोम्हणजे -------------**

अ] चमकणे

ब] क्रमवारी लावा

क] प्रमाणीकरण

ड] टिकवणे

**06] SS प्रणालीचाफायदा ------ आहे.**

अ] उत्पादकतेत वाढ

ब] गुणवत्तेत वाढ

क] वेळेचा अपव्यय कमी करणे

ड] हे सर्व

**०७] सुरक्षाम्हणजे -----------**

अ] कोणाचाही व्यवसाय नाही

ब] प्रत्येक शरीराचा व्यवसाय

क] काही शरीर व्यवसाय

ड] संस्थेचा व्यवसाय

**08]मूलभूतश्रेणींसाठीसुरक्षाचिन्हेउपलब्धआहेत "निषेध" चिन्हाचाअर्थ ----**

अ] दाखवते की ते केले जाऊ नये

ब] काय केले पाहिजे ते दाखवते

क] धोक्याची किंवा धोक्याची चेतावणी देते

ड] सुरक्षा तरतुदीची माहिती देते

**09]वर्कशॉपसुरक्षाकोणतीआहे?**

अ] दुकानातील मजला स्वच्छ आणि ग्रीस, तेल किंवा इतर निसरड्या पदार्थांपासून मुक्त ठेवा

ब] वेग बदलण्यापूर्वी मशीन थांबवा

C] फटाके किंवा चिरलेली साधने वापरू नका

ड] धावणारे मशीन हाताने थांबवण्याचा प्रयत्न करू नका

**10]पर्सनलप्रोटेक्टइक्विपमेंट (PPE]मध्येहेल्मेटवापरलेजाते**

अ] डोके संरक्षित करा

ब] डोळ्यांचे रक्षण करा

क] हातांचे संरक्षण करा

ड] कानांचे रक्षण करा

औद्योगिक प्रशिक्षण संस्था

मासिक चाचणी-2, गुण- 20, तारीखः- _______________

(प्रत्येक प्रश्नाला दोन गुण असतात)

**1- 17]सामान्यआगविझवण्यासाठीकोणत्याप्रकारचेअग्निशामकयंत्रवापरलेजाते?**

अ] पाण्याचे प्रकार विझविण्याचे यंत्र

ब] फोम प्रकार एक्टिंग्विशर

क] कोरडी रासायनिक पावडर एक्टिंग्विशर

D] कार्बन डायऑक्साइड (C02] एक्टिंग्विशर

**2-18]एकमायक्रोमीटर (U]समानआहे...**

अ] 0.1 मि.मी

ब] ०.०१ मिमी

C] 0.001 मिमी

ड] 0.0001 मिमी

**3-19]पाईपटीजॉइंटचेलीकप्रूफसांधेतयारकरण्यासाठीआणिपूर्ण करण्यासाठीवापरल्याजाणार्‍यासाधनाचेनावसांगा**

अ] चर

ब] सेटिंग हातोडा

क] क्रिझिंग हातोडा

ड] गोल तळाचा भाग

**4-20]हँडलफिक्सकरण्यासाठीवापरल्याजाणाऱ्याहातोड्याचाभाग...**

चेहरा

ब] पेन

क] गाल

ड] डोळा छिद्र

**5-21]चिन्हांकितकरण्याच्याहेतूसाठीहातोड्याचेवजनआहे ...**

अ] 250 ग्रॅम

ब] 500 ग्रॅम

क] १ किग्रॅ

ड] 2 किग्रॅ

**6-22]लहानछिद्रकापण्यासाठीकोणतेपंचआणिडाईप्रकारचेमशीनवापरलेजाते?**

अ] कातरणे प्रकार निबलर

ब] पंच प्रकार निबलर

क] गोलाकार कटिंग मशीन

ड] गिलोटिन कातरण्याचे यंत्र

**7-23]स्क्राइबरबनलेलेआहेत ...**

अ] सौम्य पोलाद

ब] उच्च कार्बन स्टील

क] पितळ

ड] कास्ट लोह

**8-24]अभियंत्याच्यावाइसचाआकारद्वारेनिर्दिष्टकेलाजातो ...**

अ] जंगम जबड्याची लांबी

ब] जबड्याची रुंदी

क] दुर्गुणाची उंची

ड] जबडा जास्तीत जास्त उघडणे

**9-25]सुतारवाइसमध्येवापरल्याजाणाऱ्याधाग्याचेस्वरूपआहे...**

अ] चौकोन

ब] एक्मे धागा

क] सावटूथ धागा

ड] पोर धागा

**10-26]फाइल्सचीउत्तलतामदतकरते...**

अ] अवतल पृष्ठभाग फाइल करण्यासाठी

ब] बहिर्वक्र पृष्ठभाग फाइल करण्यासाठी

क] कामाच्या कडा गोलाकार टाळण्यासाठी

D] दाब लागू झाल्यावर सरळ होणारी फाईल

औद्योगिक प्रशिक्षण संस्था

मासिक चाचणी-३, गुण- २०, तारीखः- ______________

(प्रत्येक प्रश्नाला दोन गुण असतात)

**1-33] 'V' ब्लॉकबनवण्यासाठीकास्टआयर्नवापरण्याचेकारण**

अ] ब्लॉकचे वजन वाढवण्यासाठी

ब] खर्च कमी करण्यासाठी

C] घर्षण कमी करण्यासाठी

ड] एक चांगला देखावा मिळविण्यासाठी

**2-34]पातळनळ्याकापण्यासाठी, हॅकसॉब्लेडचीसर्वातयोग्यपिचआहे...**

अ] 1.8 मिमी

ब] 1.4 मिमी

क] 1 मि.मी

ड] 0.8 मि.मी

**3-35]ठोसपितळकापण्यासाठी, हॅकसॉब्लेडचीसर्वातयोग्यपिचआहे...**

अ] 1.8 मिमी

ब] 1.4 मिमी

क] 1 मि.मी

ड] 0.8 मि.मी

**4-36]काहीस्ट्रोकनंतरएकनवीनहॅकसॉब्लेडसैलहोतोकारण ...**

अ] ब्लेडचे ताणणे

ब] विंग-नट धागे जीर्ण होत आहेत

क] ब्लेडची चुकीची खेळपट्टी

ड] करवतीच्या संचाची अयोग्य निवड.

**5-37]लहानव्यासाचेपाईप्सकापताना, नियमितपणेपाहणेआणियाचीखात्रीकरणेउचितआहे ...**

अ] कट वक्र रेषेच्या बाजूने आहे

ब] अधिक करवतीचे दात आकुंचन पावले आहेत

क] काम जास्त तापलेले नाही

ड] हॅकसॉचे योग्य संतुलन राखले जाते

**6-38]ड्रिलअसत्यचालल्यास, तेहोईल**

अ] खूप गरम होणे

ब] लहान आकारात कट करा

क] स्पिंडल विकृत करणे

डी] मोठ्या आकाराचे छिद्र कापून टाका

**7-39]ड्रिलखूपवेगानेचालवल्यानेअनेकपरिणामहोतात**

अ] कटिंग एज खराब करणे

ब] खराब पृष्ठभाग समाप्त

क] टांग फिरवणे

ड] अंडाकृती छिद्र पाडणे

**8-40]जीर्णजमीनइच्छाएकधान्यपेरण्याचेयंत्र**

अ] ड्रिल होल ओव्हरसाईज

ब] ड्रिल होल कमी आकाराचे

क] केंद्राबाहेर धावणे

D] अचूक भोक ड्रिल करा

**9-41]लेथवरवापरल्याजाणाऱ्याड्रिल्सवरदिलेलामोर्सटेपरदरम्यानच्याश्रेणींमध्येअसतो**

अ] MT1 ते MT5

ब] MT1 ते MT4

C] MT0 ते MT5

D] MT0 ते MT4

**10-42]छोट्याड्रिललाकामातखूपवेगानेखायलादिल्यासपरिणामहोऊशकतो**

अ] कवायती तोडणे

ब] ड्रिल वाकणे

क] अंडाकृती आकाराचे छिद्र कापणे

ड] उत्पादन वाढले

औद्योगिक प्रशिक्षण संस्था

मासिक चाचणी-4, गुण- 20, तारीखः- _______________

(प्रत्येक प्रश्नाला दोन गुण असतात)

**1-50]ड्रिलचाबिंदूकोनयावरअवलंबूनअसतो...**

अ] ड्रिलचा आकार

ब] यंत्राचा प्रकार

क] कामाचेसाहित्य

D] ड्रिलचा RPM

**2-51]मानकड्रिलसाठीबिंदूकोनआहे...**

अ] 60◦

ब] 108◦

क] 118◦

ड] 135◦

**3-52]हेलिकलकोनठरवतो...**

अ] कटिंग अँगल

ब] कोन चघळणे

क] रेककोन

ड] ओठांचा कोन

**4-53]ड्रिलचाक्लिअरन्सकोनदरम्यानआहे...**

अ] 3◦ ते 5◦

ब] 8◦ ते 12◦

क] 12◦ ते 20◦

ड] 15◦ ते 20◦

**5-54]कटिंगएजच्यामागेदिलेल्याआरामकोनालाम्हणतात..**

अ] बिंदू कोन

ब] छिन्नी धार कोन

क] हेलिक्स कोन

ड] क्लिअरन्सकोन

**6-55]संख्याड्रिलमालिकेच्यासंचामध्येखालीलश्रेणीतीलड्रिल्सअसतात] योग्यश्रेणीदर्शवा**

अ] 1 ते 40

ब] 1 ते 50

क] 1 ते 80

ड] 1 ते 100

**7-56]संख्याड्रिलमालिकेत, सर्वातलहानड्रिलआकारआहे...**

अ] 0.1 मिमी

ब] 0.35 मिमी

क] 0.5 मिमी

ड] 0.52 मिमी

**8-57]संख्याड्रिलमालिकेत, सर्वातमोठाड्रिलआकारआहे...**

अ] 102 मिमी

ब] 5.791 मिमी

क] 5.613 मिमी

ड] 5.410 मिमी

**9-58]लेटरड्रिलसिरीजमध्येड्रिल 'A' चा आकार...**

अ] 13 मिमी

ब] 6.08 मिमी

क] 6.045 मिमी

ड] 5.944 मिमी

**10-59]लेटरड्रिलसीरिजमध्ये, सर्वातमोठ्याड्रिलचाआकार ...**

अ] 10.33 मिमी

ब] 10.490 मिमी

क] 12.01 मिमी

ड] 15.00 मिमी

औद्योगिक प्रशिक्षण संस्था

मासिक चाचणी-5, गुण- 20, तारीख:- ______________

(प्रत्येक प्रश्नाला दोन गुण असतात)

**1-66]लेथकामासाठीखालीलपैकीकोणताटॅपसर्वातयोग्यआहे?**

अ] सर्पिल टॅप

ब] मशीन टॅप

क] हाताचा नळ

ड] डाव्या हाताचा नळ

**2-67]एकमरणे a सहचालूआहे**

अ] डाय रेंच

ब] डायस्टॉक

क] डाय प्लेट

ड] डाय हँडल

**3-68]एकटम्बलरगियरयुनिटआहे**

अ] एकच गियर

ब] दोन गीअर्स

सी] तीन गीअर्स

ड] चार गीअर्स

**4-69]घनसाधनाचीकटिंगधारबनलेलीअसते**

अ] कार्बन स्टील

ब] सौम्य पोलाद

C] सुपर हाय स्पीड स्टील

ड] स्टिलाइट

**5-70]सिमेंटकार्बाइडथ्रेडिंगटूलचीटीपआहे**

अ] brazed

ब] वेल्डेड

क] सोल्डर केलेले

ड] टांग्याला चिकटवले

**6-71]टूलकामाच्यापृष्ठभागावरघासेलआणिकटिंगफोर्सवाढेलतेव्हा..**

अ] क्लिअरन्स कोन अधिक आहे

ब] मंजूरी परी कमी आहे

क] रेक कोन अधिक आहे

ड] रेकचा कोन कमी आहे

**7-72]कापतानाचिपचीनिर्मितीयावरआधारितअसते...**

अ] उपकरणाचा रेक कोन

B] साधनाचा क्लिअरन्स कोन

क] उपकरणाचा पाचर कोन

D] साधनाचा क्लिअरन्स आणि वेज अँगल

**8-73]ड्रिलिंगमशीनमध्येसौम्यस्टीलड्रिलकरण्यासाठीयोग्यकटिंगफ्लुइडआहे...**

अ] सिंथेटिक विद्रव्य तेल

ब] स्वच्छ तेल

क] डिस्टिल्ड वॉटर

ड] विद्राव्य तेल

**9-74]सेंटरड्रिलिंगहेऑपरेशनआहे...**

अ] ड्रिलिंग आणि काउंटरसिंकिंग

ब] ड्रिलिंग आणि काउंटर बोरिंग

क] ड्रिलिंग करण्यापूर्वी केंद्र स्थान चिन्हांकित करणे

ड] छिद्राचा व्यास मोठा करणे

**10-75]शाफ्टचेटोकमध्यभागीड्रिलकेलेजातात...**

अ] केंद्रांमध्ये सहाय्यक नोकर्‍या

ब] मृत केंद्र वंगण घालणे

क] वजन कमी करणे

ड] काउंटर कंटाळवाणा मदत करणे

औद्योगिक प्रशिक्षण संस्था

मासिक चाचणी-6, गुण- 20, तारीख:- ______________

(प्रत्येक प्रश्नाला दोन गुण असतात)

**1-80]सॉकेटस्क्रूहेडसामावूनघेण्यासाठीछिद्राचाशेवटमोठाकरण्याचीप्रक्रियाआहे...**

अ] रीमिंग

ब] स्पॉट फेसिंग

क] काउंटर कंटाळवाणे

ड] काउंटर बुडणे

**2-81]दिलेलेव्यासकंटाळवाणेकरण्यासाठीकंटाळवाणेसाधननिवडताना, निवडा**

अ] एक लांब साधन

ब] एक लहान साधन

क] एक लांब आणि कडक साधन

ड] एक लहान आणि कडक साधन

**3-82]कंटाळवाणासाधनाचीकटिंगधारएकालहानछिद्रासाठीसेटकेलीपाहिजेजेणेकरूनते**

अ] केंद्रापासून ०.५ मि.मी

ब] केंद्राच्या खाली 0.5 मि.मी

क] मध्यभागी 1 मि.मी

ड] अचूक मध्यभागी

**4-83]कंटाळलेल्याछिद्रांचावापरकरूनचामफेरकरणेआवश्यकआहे**

अ] एक ड्रिल

ब] त्रिकोणी स्क्रॅपर

क] विक्षिप्त कंटाळवाणे साधन

ड] एक फ्लॅट फाइल

**5-84]खोलछिद्रपाडण्यासाठीवापरलेजाणारेसाधनम्हणजे a**

अ] लेथ मॅन्डरेल

ब] बाही

क] कवायत

ड] औगर बिट

**6-85]उग्रकंटाळवाणासाठीकटिंगगतीआहे**

अ] उग्र वळण सारखे

ब] ड्रिलिंग सारखेच

क] knurling समान

ड] धागा कापण्यासारखेच

**7-86]रीमरयासाठीवापरलाजातो...**

अ] पातळ पत्र्यांमध्ये छिद्र पाडणे

ब] खोल छिद्र पाडणे

क] burrs काढणे

ड] छिद्र वाढवणे आणि पूर्ण करणे

**8-87]रिमरचेदातअसमानअंतरावरअसतातकारण...**

अ] ते तयार करणे सोपे आहे

ब] ते बडबड कमी करू शकतात

क] ते हळूहळू धातू कापण्यास मदत करतात

ड] ते रेमर सहज काढण्यास मदत करतात

**9-88]खालीलपैकीकोणतीरीमरचीक्षमतानाही?**

अ] लहान छिद्रे पूर्ण करणे

ब] कोणतेही मशीन केलेले प्रोफाइल पूर्ण करणे

C] जवळच्या मर्यादेपर्यंत अचूकता

ड] उच्च दर्जाचे पृष्ठभाग समाप्त उत्पादन

**10-89]कोणत्याहीकटिंगफ्लुइडचीसर्वातमहत्वाचीगुणवत्ताआहे**

अ] इमल्सिफिकेशन

ब] विशिष्ट उष्णता

क] विशिष्ट गुरुत्व

ड] स्निग्धता

औद्योगिक प्रशिक्षण संस्था

मासिक चाचणी-7, गुण- 20, तारीख:- _______________

(प्रत्येक प्रश्नाला दोन गुण असतात)

**1-95]कटचीखोलीद्वारेदिलीजाते**

अ] वरची स्लाइड

ब] क्रॉस-स्लाईड

क] कंपाऊंड स्लाइड

ड] साधन समायोजित करणे

**2-96]लेथचकलावण्यासाठी**

अ] हाताने सुरू करा आणि नंतर पॉवर चालू करा

ब] शक्तीने ते माउंट करा

क] हाताने माउंट करा

ड] हातोड्याच्या साहाय्याने तो बसवा

**3-97]लेथवरवापरल्याजाणाऱ्याड्रिल्सवरदिलेलामोर्सटेपरदरम्यानच्याश्रेणींमध्येअसतो**

अ] MT1 ते MT5

ब] MT1 ते MT4

C] MT0 ते MT5

D] MT0 ते MT4

**4-98]छोट्याड्रिललाकामातखूपवेगानेखायलादिल्यासपरिणामहोऊशकतो**

अ] कवायती तोडणे

ब] ड्रिल वाकणे

क] अंडाकृती आकाराचे छिद्र कापणे

ड] उत्पादन वाढले

**5-99]ट्विस्टड्रिलमध्येबासरीचीसंख्या -------- असते.**

अ] १

ब] २

क] ३

ड] ४

**6-100]वीजउपलब्धनसलेल्याठिकाणीछिद्रपाडण्यासाठी खालीलपैकीकोणतेड्रिलिंगमशीनवापरलेजाते?**

अ] बेंच ड्रिलिंग मशीन

ब] पिलर ड्रिलिंग मशीन

क] ड्रिलिंग मशीन पुन्हा डायल करा

ड] रॅचेट ड्रिलिंग मशीन

**7-101]खालीलपैकीकोणतेड्रिलिंगमशीनहेवीड्युटीकामासाठीवापरलेजाते?**

अ] बेंच ड्रिलिंग मशीन

ब] पिलर ड्रिलिंग मशीन

क] रेडियल ड्रिलिंग मशीन

ड] इलेक्ट्रिक हँड ड्रिलिंग मशीन

**8-102]लेथमध्येसौम्यस्टीलड्रिलकरण्यासाठीयोग्यकटिंगफ्लुइडआहे**

अ] कृत्रिम विद्रव्य तेल

ब] व्यवस्थित कटिंग तेल

C] डिस्टिल्ड वॉटर

डी] विरघळणारे तेल + पाणी

**9-103]अचूकग्राइंडिंगसाठीयोग्यकटिंगफ्लुइडआहे**

अ] विद्राव्य तेल

ब] सिंथेटिक विद्रव्य तेल

क] स्वच्छ तेल

डी] सर्वो कट'

**10-104]ग्राइंडिंगऑपरेशनदरम्यानकटिंगफ्लुइडवापरण्याचाफायदा ------ आहे**

अ] 5000 पृष्ठभाग समाप्त

ब] कटिंग फोर्समध्ये घट

क] कामाचा तुकडा कडक होणे कमी करणे

ड] हे सर्व]

औद्योगिक प्रशिक्षण संस्था

मासिक चाचणी-8, गुण- 20, तारीख:- _______________

(प्रत्येक प्रश्नाला दोन गुण असतात)

**1-110] फेस प्लेटसह कोणती योग्य कोन प्लेट वापरली जाते**

(अ] घन प्रकार

(ब] बॉक्स प्रकार

(C] समायोज्य प्रकार

(डी] त्यापैकी एकही नाही

**2-111] फेस प्लेट यापासून बनविली जाते.....]**

(अ] सौम्य पोलाद

(ब] कास्ट आयर्न

( क ] पितळ

(डी] ॲल्युमिनियम

**3-112] विषम असमान जॉब वळणासाठी खालील कोणते सामान वापरले जाते?**

(अ.) तीन जबडा चक

(आ.) दोन जबडा चक

(क] ड्रायव्हिंग प्लेट

(डी] फेस प्लेट

**4-113]एकअनियमितआकाराचावर्कपीसलेथवरचालूकेलाजातो] खालीलपैकीकोणतेवर्कहोल्डिंगऍक्सेसरीजवापरलेजाते?**

अ] दोन जबडा चक

ब] तीन जबडा चक

क] ड्रायव्हिंग प्लेट

ड] फेस प्लेट

**5-114]स्थिरविश्रांतीचेपॅडबनलेलेअसतात**

अ] कार्बन स्टील

ब] आघाडी

क] सौम्य स्टील

ड] पितळ

**6-115]एकस्थिरविश्रांतीवापरलीजाते**

अ] नोकरी धरण्यासाठी

ब] फेस प्लेट कामासाठी

क] नोकरी चालवणे

ड] नोकरीला पाठिंबा देण्यासाठी

**7-116]वरएकअनुयायीस्थिरआहे**

अ] लेथ बेड

ब] लेथ कॅरेज

क] लेथ स्पिंडल

ड] टेलस्टॉक

**8-117] लांब कामाचे तुकडे फिरवताना, खालील गोष्टी वापरल्या जातात**

एक बाही

बी गियर बदला

सी स्थिर विश्रांती

डी कंस]

**9-118] Knurling ऑपरेशनयेथेकेलेजाते**

अ] टर्निंग स्पिंडल वेग

ब] उच्च स्पिंडल गती

C] टर्निंग स्पिंडल गतीचा 1/3

D] टर्निंग स्पिंडल गतीचा 1⁄2

**10-119] Knurling चेऑपरेशनआहे**

अ] कातरणे

ब] निर्मिती

क] वळणे

ड] दाबणे

औद्योगिक प्रशिक्षण संस्था

मासिक चाचणी-9, गुण- 20, तारीखः- _______________

(प्रत्येक प्रश्नाला दोन गुण असतात)

**1-125] BIS]प्रणालीतीलमूलभूतविचलनांचीसंख्याआहे**

अ] २०

ब] 22

क] २५

ड] २८

**2-126] BIS]प्रणालीमध्येसहनशीलतेच्याश्रेणीचीसंख्याआहे**

अ] १२

ब] 16

क] १८

ड] २०

**3-127]ज्याआकाराच्याआधारावरमितीयविचलनदिलेजातातत्यालाम्हणतात...**

अ] वास्तविक आकार

ब] मूळ आकार

क] आकाराची किमान मर्यादा

ड] आकाराची कमाल मर्यादा

**4-128] अदलाबदल क्षमता गुणधर्म प्रदान करण्यासाठी ..... द्वारे तयार केलेल्या भागांचा आकार] (अ] मापन प्रणाली**

(ब] चाचणी आणि त्रुटी प्रणाली

(C] मर्यादा आणि सहिष्णुता प्रणाली

(डी] त्यापैकी एकही नाही

**5-129] तुमचे जॉब टॅपर मोजले तर ते बरोबर आहे**

उच्च मर्यादेच्या वर अ

B उच्च आणि खालच्या मर्यादेमध्ये

सी खालच्या मर्यादेच्या खाली]

**6-130]मूलभूतपरिमाणाच्याएकाबाजूलासहिष्णुतादिलीजातेतेव्हात्याला -------- म्हणतात.**

अ].सहिष्णुता प्रणाली

ब] एकतर्फी सहिष्णुता

क] द्विपक्षीय सहिष्णुता

ड] भत्ता प्रणाली

**7-131]एकपरिमाणअसेसांगितलेआहे (चित्रात 025 H7]खालचीमर्यादा ----------- आहे**

अ] 24.75 मिमी

ब] 24.85 मिमी

क] 25.00 मिमी

ड] 25-021 मिमी

**8-132]घटकाच्यापरिमाणांचेमोजलेलेआकार--------- म्हणतात.**

अ] मूळ आकार

ब] नाममात्र आकार

क] अनुमत आकार

ड] वास्तविक आकार

**9-133]रेखांकनामध्येशाफ्टचीपरिमाणे 40i 0068/0042 दर्शविलीआहे, सहिष्णुतेमध्येशाफ्टचाआकारकितीआहे?**

अ] 4.0.64 मिमी

ब] 40.042 मिमी

C] 40.000 मिमी

ड] 39.998 मिमी

**10-134]इनहोलमूलभूतप्रणाली** ----------

अ] शाफ्टचा आकार स्थिर केला जातो

ब] छिद्राचा आकार स्थिर केला जातो

क] छिद्रावर फक्त 'भत्ता दिला जातो

औद्योगिक प्रशिक्षण संस्था

मासिक चाचणी-10, गुण- 20, तारीखः- _______________

(प्रत्येक प्रश्नाला दोन गुण असतात)

268] डिझेल सायकलमध्ये ज्वलन येथे होते

अ] सतत दबाव

ब] स्थिर खंड ''

क] स्थिर तापमान

ड] स्थिर तापमान आणि दाब.

269] रुडॉल्फ डिझेलने Cl.engine विकसित केले

अ] 1876

ब] 1880

**सी]** 1892

ड] 1930

270] पर्किन्सने 'पी' मालिकेतील इंजिन तयार केले

अ] 1876

ब] 1880

**सी]** 1892

ड] 1930

271] NA OTTO ने 4 स्ट्रोक सायकल इंजिन विकसित केले

अ] 1876

ब] 1880

**सी]** 1892

ड] 1930

272] दुगाल्ड क्लर्कने 2 स्ट्रोक सायकल इंजिन विकसित केले

अ] 1876

ब] 1880

**सी]** 1892

ड] 1930

273] सर्व सिलिंडर आडव्या रेषेत
अ] 'व्ही' इंजिन
ब] इनलाइन इंजिन
C] विरोधक इंजिन
D] रेडियल इंजिन
274] सिलिंडर 'V' आकारात स्थित
अ] 'व्ही' इंजिन
ब] इनलाइन इंजिन
C] विरोधक इंजिन
D] रेडियल इंजिन
275] सिलिंडर त्रिज्या स्थितीत
अ] 'व्ही' इंजिन
ब] इनलाइन इंजिन
C] विरोधक इंजिन
D] रेडियल इंजिन
276] सिलिंडर एकमेकांच्या विरुद्‌ध क्षैतिजरित्या व्यवस्था केलेले
अ] 'व्ही' इंजिन
ब] इनलाइन इंजिन
C] विरोधक इंजिन
D] रेडियल इंजिन
293] सिलेंडरच्या डोक्यातून शिसक्या आवाज येण्याचे कारण काय आहे?
अ] जास्त टॅपेट क्लिअरन्स
ब] चुकीचे इंजेक्शन वेळ
क] पाय-इग्निशन
ड] एअर क्लिनर माउंटिंग लूज.

औद्‌योगिक प्रशिक्षण संस्था

मासिक चाचणी-11, गुण- 20, तारीखः- ______________

(प्रत्येक प्रश्नाला दोन गुण असतात)

294] सिलेंडर हेड किंवा ब्लॉक वर आरोहित
अ] पंख
ब] रेडिएटर्स
क] पंखा
ड] पाण्याचा पंप
295] सिलेंडरमध्ये आणि बाहेर दोन्ही मार्गांनी द्रवपदार्थ येऊ देते

अ] पिस्टन
ब] पुश रॉड
**क]** प्राथमिक कप
ड] झडप तपासा
296] हवेच्या टाकीतून हवेचा अतिरिक्त दाब कमी होतो.
अ] एअर कंप्रेसर
ब] अनलोडर वाल्व
सी] सुरक्षा झडप
ड] ब्रेक चेंबर
297] हवेच्या टाकीपर्यंत पोहोचून जास्तीत जास्त हवेचा दाब नियंत्रित करते.
अ] एअर कंप्रेसर
ब] अनलोडर वाल्व
सी] सुरक्षा झडप
ड] ब्रेक चेंबर
298] पुढील आणि मागील ब्रेकला हवा पुरवठा करते
अ] ब्रेक ॲक्ट्युएटर
ब] ड्युअल ब्रेक व्हॉल्व्ह
**क]** प्रणाली संरक्षण झडपा
ड] झडप झडप
299] वाहन पार्किंगसाठी चालवले जाते.
अ] ब्रेक ॲक्ट्युएटर
ब] ड्युअल ब्रेक व्हॉल्व्ह
**क]** प्रणाली संरक्षण झडपा
ड] झडप झडप
300] विविध सर्किट्समध्ये हवा वितरीत करते
अ] ब्रेक ॲक्ट्युएटर
ब] ड्युअल ब्रेक व्हॉल्व्ह
**क]** प्रणाली संरक्षण झडपा
301] वाल्व बंद स्थितीत ठेवते
अ] पुश रॉड
ब] टॅपेट
**क]** वसंत ऋतु
ड] कॅम लोब
302] इंधन आत आणि बाहेर वाहू द्या

अ] झडपा

**ब]** कॉइल स्प्रिंग

**क]** डायाफ्राम

ड] रॉकर हात

303] विस्तार टाकीमध्ये शीतलकांना परवानगी देते

अ] प्रेशर रिलीफ व्हॉल्व्ह

ब] इंजिन फॅन बेल्ट

**C]** रेडिएटर ड्रेन प्लग

ड] ओव्हर फ्लो पाईप

औद्योगिक प्रशिक्षण संस्था

मासिक चाचणी-12, गुण- 20, तारीख:- _______________

(प्रत्येक प्रश्नाला दोन गुण असतात)

304] ओव्हरफ्लो व्हॉल्व्ह वापरला जातो

अ] इंधन भरणा यंत्रातील अतिरिक्त इंधन परत पाठवणे

ब] इंधन फिल्टरला अधिक इंधन पुरवठा करण्यासाठी

C] स्वच्छ इंधन पुरवठा करण्यासाठी

डी]गळती होणारे इंधन घेणे

**305]** फीड पंप चालवले जातात

अ] इंजिनचा कॅमशाफ्ट

ब] एफआयपीचा कॅमशाफ्ट

C] टायमिंग गीअर्स

ड] इंजिन ते इंजिन बदलते.

306] तेलाचे पंप साधारणपणे चालवले जातात

अ] कॅमशाफ्ट

ब] रॉकर शाफ्ट

क] क्रँकशाफ्ट

ड] डँपर पुली

307]इंजिन मुळे कमी उर्जा विकसित करते

अ] दोषपूर्ण प्रज्वलन वेळ

ब] जास्त प्रमाणात समृद्ध मिश्रण

C] सदोष स्नेहन प्रणाली

डी] खूप घट्ट सिलेंडर हेड

308] द्रवपदार्थावर दबाव निर्माण होतो

अ] ब्रेक पेडल

ब] मास्टर सिलेंडर पिस्टन
क] व्हील सिलेंडर पिस्टन
ड] वितरण ब्लॉक
309] मास्टर सिलेंडर पिस्टनला लिंकेजमधून ढकलतो.
अ] ब्रेक पेडल
ब] मास्टर सिलेंडर पिस्टन
क] व्हील सिलेंडर पिस्टन
ड] वितरण ब्लॉक
310] पिस्टन सक्रिय करते
अ] पिस्टन
ब] पुश रॉड
क] प्राथमिक कप
ड] झडप तपासा
311] द्रवपदार्थावर दबाव निर्माण होतो
अ] पिस्टन
ब] पुश रॉड
क] प्राथमिक कप
ड] झडप तपासा
312] पिस्टनचे विस्थापन खंड
अ] |.एचपी
ब] स्वीप्ट खंड
क] यांत्रिक कार्यक्षमता
ड] अश्वशक्ती
313] सिलेंडरमध्ये पिस्टनच्या खालच्या दिशेने हालचालीचा प्रारंभ बिंदू
अ] TDC
ब] सायकल
C] BDC
ड] प्रज्वलन

www.ingramcontent.com/pod-product-compliance
Ingram Content Group UK Ltd.
Pitfield, Milton Keynes, MK11 3LW, UK
UKHW021914190726
13853UKWH00002B/676

9 798887 334585